ப்ளீஸ்! இந்தப் புத்தகத்தை வாங்காதீங்க!

பாகம்

2

கோபிநாத்

சிக்ஸ்த்சென்ஸ் பப்ளிகேஷன்ஸ்
10/2 (8/2) போலீஸ் குவார்ட்டர்ஸ் சாலை
(தியாகராயநகர் பேருந்து நிலையத்திற்கும் காவல் நிலையத்திற்கும் இடைப்பட்ட சாலை)
தியாகராயநகர், சென்னை – 600 017
Phone: 2434 2771, 65279654 Cell: 72000 50073
Sixthsense Publications   6 th sense_karthi
e-mail : sixthsensepub@yahoo.com
Website: sixthsensepublications.com

Publisher
K.S. Pugalendi

Managing Editor
P. Karthikeyan

Layout
M. Magesh

Title:
● **Please Intha Puthakathai Vaangaatheenga - 2**

Author:
Gobinath

Address:
Sixthsense Publications
10/2(8/2) Police Quarters Road,
(Between Thiyagaraya Nagar Bus Stop & Police Station)
Thiyagaraya Nagar, Chennai - 17
Phone: 24342771, 29860070
Cell: **72**000 50**73**

f \ Sixthsense Publications
\ 6 th sense_karthi

e-mail : sixthsensepub@yahoo.com
Website: www.sixthsensepublications.com

Edition:
First   : January, 2017
Second   : February, 2017
Third   : November, 2017
Fourth   : September, 2018
Fifth   : April, 2022
Sixth   : April, 2025

Pages : 88
Price : ₹144

©Gobinath

தலைப்பு   :   ப்ளீஸ் ! இந்தப் புத்தகத்தை
                              வாங்காதீங்க – 2
நூலாசிரியர்   :   கோபிநாத்
பக்கங்கள்   :   88
விலை   :   ரூ.144

உரிமை   :   ©கோபிநாத்
முதற்பதிப்பு   :   ஜனவரி, 2017
இரண்டாம் பதிப்பு : பிப்ரவரி, 2017
மூன்றாம் பதிப்பு   : நவம்பர், 2017
நான்காம் பதிப்பு   : செப்டம்பர், 2018
ஐந்தாம் பதிப்பு   : ஏப்ரல், 2022
ஆறாம் பதிப்பு   : ஏப்ரல், 2025

சிக்ஸ்த்சென்ஸ் பப்ளிகேஷன்ஸ்
10/2 (8/2) போலீஸ் குவார்ட்டர்ஸ் சாலை
(தியாகராயநகர் பேருந்து நிலையத்திற்கும் காவல்
நிலையத்திற்கும் இடைப்பட்ட சாலை)
தியாகராயநகர், சென்னை – 600 017
தொலைபேசி : 24342771, 29860070
கைபேசி: **72**000 50**73**
மின்னஞ்சல்: sixthsensepub@yahoo.com

இந்த புத்தகத்திலுள்ள எந்த ஒரு பகுதியையும்
பதிப்பாளர் மற்றும் எழுத்தாளர் அனுமதியை
எழுத்து மூலம் பெறாமல் பதிப்பிக்கக் கூடாது

No part of this book should be reproduced or transmitted in any form without permission in writing from the author or publisher

நீங்கள் Smart Phone உபயோகிப்பவராக இருந்தால் QR Code Reader Application மூலம் இதை Scan செய்தால் நேரடியாக எமது இணையதளத்திற்கு சென்று மேலும் எங்கள் வெளியீடுகள் பற்றிய விவரங்களைப் பெறலாம்.

A1 ISBN : 978-93-83067-35-0

'ப்ளீஸ் இந்தப் புத்தகத்தை வாங்காதீங்க!' 5 லட்சம் பிரதிகள் வரை விற்பனையாகும் என்று நினைத்துப் பார்க்கவில்லை. மனிதர்களிடம் இருந்து அந்நியப்படாமல் அவர்களோடு அந்தப் புத்தகம் உரையாடியது என்று இப்போது தோன்றுகிறது.

8 ஆண்டுகளுக்குப் பிறகு இதோ ப்ளீஸ் இந்தப் புத்தகத்தை வாங்காதீங்க-2! உங்கள் பார்வைக்கு வருகிறது. இந்தப் புத்தகத்திலும் வாழ்க்கையை புரட்டிப் போடுகிற மந்திரங்கள் எதுவும் இல்லை.

மிக எளிமையாக உங்களை உங்களுக்கு அடையாளம் காட்டுகிற இன்னொரு முயற்சி இது; அவ்வளவுதான். முதல் புத்தகத்தின் முன்னுரையே இந்த இரண்டாம் பாகத்திற்கும் பொருந்தும்.

எட்டு வருடத்துக்கு முன்னால் முதல் பாகம் எழுதிய போது (இப்போது இரண்டாம் பாகம் வந்துவிட்டதால் அது முதல் பாகம் ஆகிவிட்டது) இருந்த பரபரப்பையும் பதட்டத்தையும் விட நம் சமூகம் இப்போது கூடுதல் நெருக்கடியோடு இருப்பதாகவே படுகிறது.

இப்போது முன்னைவிட வேகமாக ஓடுகிறோம். அல்லது துரத்தப்படுகிறோம். யாரையோ துரத்துகிறோம். இன்னொருவர் நம்மைத் துரத்துகிறார். இதோ மீண்டும் களைத்துப்போய் ஒரு மரத்தடியில் அமர்ந்து என்னைப் பற்றி, உங்களைப் பற்றி, நம்மைப் பற்றி யோசிக்கிறேன். இந்தப் புத்தகத்தின் சாரம் அந்த யோசனைதான்.

இந்தப் புத்தகத்திலும் புதிதாக எதையும் நான் சொல்லிவிடவில்லை. உங்களுக்குத் தெரிந்ததை உங்களிடம் நினைவூட்டுகிறேன். என்னை வழிநடத்துகிற, வாழ்த்துகிற, விமர்சிக்கிற எல்லா இதயங்களுக்கும் என் நெஞ்சார்ந்த நன்றிகள்...

அன்புடன்

கோபிநாத்

சமர்ப்பணம்

என் அன்புக்குரிய
ஆசிரியர்கள்
திரு. சின்னராஜு
திரு. இரவீந்திரன்
திருமதி. சுப்புலட்சுமி இரவீந்திரன்
ஆகியோருக்கு...

> வீட்டை மகிழ்ச்சியாக வைத்துக்கொள்ள நாம் எடுக்கும் முயற்சிதான் காலம் முழுக்க சந்தோஷமாக இருப்பதற்கான வாய்ப்பைத் தரும்...

ஏன் பெரும்பாலும் நாம் வீட்டுக்குப் போவதைத் தவிர்த்துக்கொண்டே இருக்கிறோம். இது எல்லாருடைய மனதிலும் அடிக்கடி எழும் கேள்விதான். என்னுடைய நிகழ்ச்சிக்கு வரும் பலரும் அடிக்கடி என்முன் வைக்கும் முறையீடு, "என்னுடைய கணவர் வீட்டிற்கு முடிந்தவரை லேட்டாக வரவே முயற்சி செய்கிறார். நான் எவ்வளவு எடுத்துச்சொல்லியும் பெரும்பாலும் வீட்டிற்கு நேரத்தோடு வருவது என்பதை அவர் விரும்புவதே இல்லை" என்பதுதான்.

திருமணம் ஆனவர்களானாலும் சரி, இளம் வயதுப் பிள்ளைகளாக இருந்தாலும் சரி, முடிந்தவரை வீட்டிற்குள் இருப்பது இல்லை. நண்பர்களோடும், வெளிவட்டாரத் தொடர்புகளோடும் நேரத்தைச் செலவு செய்வதைப் போல வீட்டிற்காக நேரம் ஒதுக்குவதில்லை. இவர்களுக்கு வீடு ஏன் விரும்பமுடியாத ஒரு இடமாக இருந்துகொண்டே இருக்கிறது என்ற கேள்வி நம்மை உறுத்திக்கொண்டே இருக்கிறது.

கோபிநாத்

வீடு என்பது பிரச்னைகள் இருக்கும் ஒரு இடம் அல்லது ஓய்வெடுப்பதற்கான ஒரு இடம், சுவையான உணவுகளைச் சாப்பிடுவதற்கான ஒரு இடம். அதே நேரம் அது தொந்தரவுகள் நிறைந்த ஒரு இடம் என்பது போன்ற ஒரு பிரம்மை பல்வேறு காரணிகளால் நம்முடைய மனதின் ஏதோ ஒரு ஓரத்தில் பதிவுசெய்யப்பட்டிருக்கிறது.

இன்னொருபுறம்...பல நேரங்களில் பிரச்னைகளிலிருந்து விடுபட வேண்டுமென்றால், நிம்மதி வேண்டுமென்றால், சந்தோஷம் வேண்டுமென்றால் நீங்கள் என்னவெல்லாம் செய்ய வேண்டும் என்று அறிவுறுத்தி உங்களிடத்தில் ஒரு நீண்ட பட்டியல் தரப்படுகிறது.

அந்தப் பட்டியலில் வீடு என்கிற விஷயம் குறித்து அதிகம் பேசப்படுவது இல்லை. மலை மேல் அமர்ந்து, அமைதியாக ஆசனம் செய்யுங்கள் என்பதில் தொடங்கி, நண்பர்களோடு சேர்ந்து உலாவுங்கள் என்று பேசுவதில் ஆரம்பித்து, புத்தகங்கள்

படியுங்கள், பிடித்த சினிமா பாருங்கள், கவிதை எழுதுங்கள், சந்தோஷமாக வாக்கிங் போங்கள், தனிமையாக உட்கார்ந்து பாட்டு கேளுங்கள் என்று எக்கச்சக்கமான யோசனைகள் அவற்றில் சொல்லப்படுகின்றன.

ஆனால் இந்த மாதிரியான யோசனைகளை எல்லாம் முழுவதுமாக ஒரு மனிதனால் பின்பற்றிவிட முடியுமா? என்பது சந்தேகம்தான்.

எல்லா நேரங்களிலும் இதுபோன்று மனிதன் நிம்மதியைத் தேடி அலைந்துகொண்டே இருக்க முடியுமா? என்றால் முடியாது. ஆக நிம்மதியான, சந்தோஷமான, நிரந்தரமான இடம் ஒன்று நமக்குத் தேவைப்படுகிறது. அந்த இடம் எதுவாக இருக்க முடியும் நம் வீட்டைத் தவிர? எனக்குத் தெரிந்தவரைக்கும் வீட்டை மகிழ்ச்சியாக வைத்துக்கொள்ள நாம் எடுக்கும் முயற்சிகள்தான் காலம் முழுக்க சந்தோஷமாக இருப்பதற்கான வாய்ப்பை நமக்குத் தரும்.

மாறாக சந்தோஷம் தரும் இடமான வீட்டிற்குள் போகாமல் எந்த அளவு வெளியிலேயே தங்கிக்கொள்ளலாம் என்று யோசித்து ஒரு முடிவுக்கு வந்து அதன்படி நடப்பது ஒரு தாற்காலிக ஏற்பாடாக வேண்டுமானால் இருக்கலாம்.

பிரச்னைகள் வருவதே வீட்டிலிருந்துதானே. அப்புறம் எப்படிப் பிரச்னைகள் இல்லாமல் இருக்கும் இடமாக வீட்டை மாற்ற முடியும் என்று வழக்கம்போல் வறட்டுப் பிடிவாதத்துடன் இருக்காதீர்கள். இந்தப் பிடிவாதம்கூட நமக்குள் செயற்கையாக ஏற்றப்பட்ட ஒன்றுதான் என்பதை நினைவில்கொள்ளுங்கள்.

ஒரு கார்ப்பரேட் நிறுவனத்தில் இருக்கக்கூடிய சௌகரியங்கள் நம் வீட்டுக்குள் இல்லை. சொல்லப் போனால் அங்கிருக்கிற அந்தச் சூழ்நிலையும், சௌகரியங்களும்தான் வேலையே இல்லாவிட்டாலும் அந்த அலுவலகத்தைக் கட்டிக்கொண்டு அழக்கூடிய ஆட்களாக நம்மை மாற்றி வைத்திருக்கிறது.

இவர்களுக்கு வீடு பெரிய அளவிற்குப் பிடிக்கவில்லை. வேலையும் கொடுத்து, கொஞ்சம் வசதியும் கொடுத்தால் பிரச்னை இல்லாமல் இவர்கள் இங்கேயே தங்கிவிடுவார்கள் என்பதைக் கார்ப்பரேட் உலகம் நன்றாகவே தெரிந்து வைத்திருக்கிறது.

அப்படிப் புரிந்து வைத்திருக்கக்கூடிய கார்ப்பரேட் நிறுவனங்கள்கூட சொல்லக்கூடிய வாசகம் ‘ஃபீல் அட் ஹோம், எஞ்சாய் யுவர் வொர்க்’ என்பதுதானே.

அப்படியானால் உண்மையான சந்தோஷம் என்பது வீட்டில்தான் இருக்கிறது என்பதை மறைமுகமாகத் தன்னையறியாமல் கார்ப்பரேட் உலகம் நம்மிடம் சொல்லிக் கொண்டிருக்கிறது. நாம் பார்த்த ஒரு சில திரைப்படங்கள், கதைகள், நமக்குச் சொல்லப்பட்ட கேலியான விசயங்கள் இவற்றிலிருந்து பிரச்னை தரக்கூடிய இடத்தின் பெயர் வீடு என்று நாம் தவறாகப் புரிந்துகொண்டிருக்கிறோம்.

உங்களுக்கு நிம்மதி வேண்டுமென்றால் வீட்டிலிருந்து சற்று வெளியே வாருங்கள், நண்பர்களோடு ஜாலியாக ஊர் சுற்றுங்கள், அலுவலகம் முடிந்தவுடன் நண்பர்களோடு அரட்டை அடித்துவிட்டு முடிந்த அளவிற்கு லேட்டாக வீட்டிற்கு வாருங்கள். காரணம் வீடு என்பது பிரச்னைகளின் இருப்பிடம். அந்த இடத்தை நீங்களாக ஏன் தேடிப்போக வேண்டும்? என்று தவறாக நமக்குப் போதிக்கப்படுகிறது.

ஆனால் அமைதியாக உட்கார்ந்து சிந்திக்கும்பொழுது ஒன்று தெளிவாகத் தெரிகிறது. வீட்டைத் தவிர மனிதனுக்கு நிம்மதியான ஒரு சூழலைத் தரக்கூடிய இடமென்று வேறொன்று இருக்க முடியுமா? நமக்காகவே வாழுகிற மனிதர்கள், நமக்காகவே சிந்திக்கிற மனிதர்கள், நமக்கு ஒன்று என்றால்

முதலில் தடுமாறிப்போகின்ற, பதறிப்போகின்ற மனிதர்கள் இருக்கும் ஓர் இடம் வீட்டைத் தவிர வேறு எதுவாக இருக்க முடியும்? நான் சொல்லும் இந்த விஷயம் வெறும் வீட்டைக் கொண்டாடுவதற்கான விஷயம் அல்ல. உண்மையில் எல்லாவற்றையும் தாண்டி யோசிக்கும்பொழுது, வீட்டைவிட ஒரு சிறந்த இடம் இந்த உலகத்தில் இருக்குமா என்று தெரியவில்லை.

நான் முன்பு பணிசெய்த அலுவலகத்தில், பெரிய பதவியில் இருந்த ஒருவர், பெரிய நெருக்கடி வருகின்றபோதோ, மனது நிலைகொள்ளாமல் அலைபாயும்போதோ உடனடியாக வீட்டிற்குக் கிளம்பிவிடுவார்.

'என்ன சார் இப்படித் திடுதிப்புன்னு வீட்டுக்குக் கிளம்பிட்டீங்க?' என்று கேட்டால்...

'அடுத்த ஒரு மணி நேரமோ, இரண்டு மணி நேரமோ நான் என்னுடைய வீட்டில் செலவிடவிருக்கும் நேரந்தான் அடுத்த ஒரு வாரமோ, பத்து நாட்களோ நிம்மதியாக நான் என் வேலையைத் தொடர எனக்கு உதவப் போகிறது என்பார். அனேகமாக ஆயிரத்தில் ஒருவர்தான் இப்படிச் சொல்லக்கூடும் என்று நாம் நினைக்கலாம்.

ஆனால் அந்த ஆயிரத்தில் ஒருவனாய் இருப்பதைவிட புத்திசாலித்தனமாக வாழ்க்கையை மேற்கொள்ள வேறு வழி இருப்பதாகத் தெரியவில்லை. அந்த மனிதர் எல்லா நிம்மதியும், எல்லா சந்தோஷமும் தன்னுடைய வீட்டில் கிடைக்கும் என்று நம்புகிறார் என்றால் அந்த வீட்டை எந்த அளவிற்கு மகிழ்ச்சிகரமான ஒரு இடமாக அவர் மாற்றி வைத்திருப்பார்? நாமெல்லாம்...

எ**ப்**போதும் நிரந்தர சந்தோஷம் தரக்கூடிய வீட்டை மகிழ்ச்சியான ஒரு இடமாக மாற்றுவதை விட்டுவிட்டு, தாற்காலிக சந்தோஷத்தைத் தரக்கூடிய இன்னபிற விஷயங்களைத் தேடி ஓடிக்கொண்டே இருக்கிறோம்.

நம்மை நெருக்கும் சூழ்நிலைகள், நம்மை நெருக்கும் சிக்கல்கள், நமக்கு வெளியிலிருப்பவர்கள் தரக்கூடிய நவீன கால அறிவுரைகள், இவை எல்லாமே, சந்தோஷத்தை வீட்டுக்கு வெளி

யிலே இருப்பதாகவே நமக்கு அடையாளம் காட்டுகின்றன. அதனாலேயே என்னவோ வீடு என்பது சிறையாக, பிரச்னைகள் தரும் இடமாக நம் மனதில் பதிந்திருப்பதை நம்மால் சுலபமாக மாற்ற முடியவில்லை.

இந்த விஷயத்தில் வெள்ளைக்காரர்கள் நம்மைவிடப் புத்திசாலிகள். அவர்கள் வீடுகளுக்குப் போவதை நம் அளவுக்கு ஒதுக்கி வைப்பது கிடையாது. வெளிப்பார்வை யிலிருந்து பார்க்கும்பொழுது அவர்கள் அதிகம் வெளியிலேயே சுற்றிக்கொண்டிருக்கும் ஆட்களைப்போலத் தெரிந்தாலும்கூட வீட்டில் நேரம் செலவு செய்வது என்பது முக்கியம் என்று அவர்கள் உணர்ந்திருக்கிறார்கள்.

வீட்டுக்கு வெளியே எப்படியெல்லாம் நேரம் செலவழிக்கலாம் எனத் திட்டமிடும் நாம் ஏன் வீட்டை மகிழ்ச்சியான இடமாக மாற்ற வேண்டும் என்று திட்டமிடுவதில்லை.

உண்மையிலேயே நமக்கு நிரந்தரமான நிம்மதியும், மகிழ்ச்சியும் வேண்டுமென்றால் வீட்டை சந்தோஷமான இடமாக மாற்ற வேண்டும். அதற்கு நமக்குச் சில குறைந்தபட்சப் பயிற்சிகள் தேவைப்படுகின்றன. அதில் முதலிடத்தில் இருப்பது நம்பிக்கை. வீடு என்பது மகிழ்ச்சியான இடம்தான், நிம்மதி தரக்கூடிய இடம்தான் என்ற நம்பிக்கை நமக்கு இருக்கவேண்டும். இரண்டாவது, வீட்டில் உள்ள சூழ்நிலைகளை எல்லாம் மனதில் ஏற்றுக்கொண்டு, அதை மகிழ்ச்சி மயமாக்குகிற தன்முனைவு நமக்குத் தேவை. மூன்றாவது, மிக முக்கியமான ஒரு விஷயம். வீட்டை மகிழ்ச்சியான இடமாகவெல்லாம் மாற்ற முடியாது என்று நம் ஆழ்மனதில் கொண்டிருக்கும் அந்த அவநம்பிக்கையைக் களைவது.

வீட்டின் ஆண்மக்கள் மட்டுமல்ல, வீட்டிலுள்ள எல்லா உறுப்பினர்களுமேகூட இப்போதெல்லாம் வீட்டுக்கு வெளியேதான் சந்தோஷம் இருப்பதாக நம்புகிறார்கள். முன்பெல்லாம் அவ்வளவாக வெளியே போகா வாய்ப்புகளில்லாத காலகட்டத்தில்கூட வீடு மகிழ்ச்சியானதாகத்தான் இருந்தது.

சும்மானாக்காச்சும் உட்கார்ந்து பேசிக்கொண்டிருந்த காலகட்டம் என்று ஒன்று நம் வாழ்க்கையில் இருந்ததே. அது

இப்போது ஏன் நம்மிடத்தில் இல்லவேயில்லை? நாமாகவே சில அபிப்பிராயங்களை உருவாக்கி வைத்துக்கொண்டு...நாம் ரொம்பவும் பிஸியாக இருக்கிறோம், நிறைய நெருக்கடிகள் நமக்கு இருக்கிறது என்பதுபோன்ற பல்வேறு வெற்றுக் கற்பனைகளுடன் நம்முடைய வாழ்க்கை நகர்ந்துகொண்டிருக்கிறது. உண்மையில் அப்படியெல்லாம் இல்லை.

கவிதைகளில் லயிப்பது, புத்தகங்கள் படிப்பது, குழந்தைகளோடு விளையாடுவது, மனைவியுடன் நேரத்தை செலவழிப்பது பற்றியெல்லாம் பேசுகிற நாம் நிஜ வாழ்க்கையில் அவற்றைப் பின்பற்றுவதே கிடையாது. இன்னும் சொல்லப்போனால் அத்தகைய சந்தோஷத்தையெல்லாம் அனுபவிப்பதற்கு...அதற்குப் பழகிக்கொள்வதற்கெல்லாம் நாம் முயற்சி செய்வதே கிடையாது. அது வெளியுலக சந்தோஷத்தைப்போல் இருக்காதென்று நாமாகவே நினைத்துக்கொள்கிறோம்.

தொடர்ந்து அதற்கு முயற்சி செய்துகொண்டே இருக்கிறவர்கள் வீட்டையொரு மகிழ்ச்சிகரமான இடமாக மாற்றிவிடுகிறார்கள்.

வீட்டுக்குள்ளே சந்தோசமாகப் பேசுகிறவர்கள், வீட்டுக்குள்ளே விளையாடுகிறவர்கள், வீட்டுக்குள்ளே உள்ளவர்களுடன் அளவளாவுகிறவர்கள் இவர்களெல்லாம் வீட்டுக்குள்ளேயே முடங்கிக்கிடக்க வேண்டும் என்று சொல்லவில்லை. ஆனால் வீடு என்பது சந்தோஷமான இடமாக மாறாத வரைக்கும் நமக்கு வாழ்க்கையில் நிரந்தர நிம்மதியும், சந்தோஷமும் கிடைக்கப் போவதில்லை.

நான் பல வருடங்களுக்கு முன்பாகப் பணிபுரிந்த நிறுவனத்தில் எங்களுக்கெல்லாம் அறிவுரை வழங்குகிற இடத்தில் ஒரு அதிகாரி இருந்தார். அவர் ஒருமுறை பேசும்பொழுது வீட்டுக்குப் போங்கள் என்று சொல்வதைத்தான் என் வாழ்க்கையின் வேதவாக்காக நான் கருதுகிறேன் என்று சொன்னார். எந்தச் சூழ்நிலையில் நீங்கள் இருந்தாலும் உடனே உங்கள் வீட்டுக்குப் போங்கள் என்பார் அவர். மனது பாரமாக இருக்கிறதா? வீட்டுக்குப் போங்கள். மனது அலைபாய்கிறதா? வீட்டுக்குப் போங்கள். ஏதோபோல் இருக்கிறதா? வீட்டுக்குப் போங்கள். உடம்பு சரியில்லையா? வீட்டுக்குப் போங்கள். மனசிலே பதட்டமும், சஞ்சலமும் இருக்கிறதா? வீட்டுக்குப் போங்கள்.

வெளியிலே நண்பர்களோடு சுற்றவேண்டும். அப்போதுதான் மனதுக்கு நிம்மதி கிடைக்கும் என்று சில சமயங்களில் தோன்றும். அப்படிப்பட்ட நேரத்தில்கூட வீட்டுக்குப் போங்கள். இன்னும் சொல்லப்போனால் மன அமைதிக்காக நீங்கள் கோயிலை நாடிப் போவதைக்காட்டிலும் நேராக உங்கள் வீட்டுக்குப் போங்கள். உண்மையிலேயே உங்கள் மன அமைதி வீட்டில்தான் இருக்கிறது என்பார் அவர்.

ஆனால் வீட்டுக்குப்போக நாம் ரொம்பவே சுணங்குகிறோம். காரணம் வீட்டை நினைக்கிறபோதே நமக்குள் அழுத்தமானது மேலும் அதிகரிப்பதாக நாம் உணர்கிறோம்.

உண்மையான மகிழ்ச்சி என்பது வீட்டைவிட்டுத் தப்பித்துப் போவதல்ல, வீட்டைச் சந்தோஷமான இடமாக மாற்றுவது.

இதற்கென்று தனிப்பட்ட சூத்திரம் எதுவும் இருக்கிறதா என்று தெரியவில்லை. ஆனால் தன்முனைப்பும், விருப்பமும் இருக்கிறவர்கள் தங்கள் வீட்டை மகிழ்ச்சியானதொரு இடமாகத்தான் வைத்திருக்கிறார்கள். இன்னொரு முக்கியமான விஷயம். தன் வீட்டில் மகிழ்ச்சியாயிருக்க முடியாத ஒருவரால் எந்தச் சூழ்நிலையிலும் மகிழ்ச்சியானதொரு மனிதராக இருக்கவே முடியாது.

அப்படி நான் மகிழ்ச்சியாக இருக்கிறேன் என்று ஒருவர் சொல்லுவார் என்றால், அவர் மெனக்கெட்டு சந்தோஷத்தை உருவாக்க முயற்சி செய்து கொண்டிருக்கிறார் என்று அர்த்தம். எப்போது வீட்டுக்குப் போவோம் என்று நமக்குத் தோன்றுகிற மனசு வாய்த்திருக்கும் என்றால், அப்படியான வீட்டை நாம் உருவாக்கி வைத்திருக்கிறோம் என்றால், நம்மைவிட பாக்கியசாலி யார் இருக்க முடியும்.

கிளம்புங்கள். வீட்டுக்குப் போங்கள்!

கோபிநாத்

“பகிர்தல்” ஒரு மிகச்சிறந்த பண்பாடு மட்டுமல்ல. வாழ்க்கையில் உயர்வான இடத்தை அடைய முக்கியமானதொரு ஆயுதமும் அதுதான்...

2

வட இந்தியாவைச் சேர்ந்த பிரபலமான ஒரு புகைப்படக் கலைஞரின் நேர்காணலை சமீபத்தில் படிக்க நேர்ந்தது.

இன்றைய தேதியில் வட இந்தியாவின் முக்கியமான புகைப்படக் கலைஞராக அவர் வலம் வருகிறார். முன்னணி மாடல்கள்கூட அவருடன் பணிபுரிய வேண்டும் என்பதில் மிகவும் ஆர்வமாக இருக்கிறார்கள்.

இன்றைக்கு இவ்வளவு பெரிய ஆளாக அவர் வளர்ந்து நிற்பதன் பின்னணிக் காரணங்களாக அவரது கடினமான உழைப்பு, சமயோசித புத்தி, மற்றவர்களை அனுசரித்துப் போகின்ற பாங்கு, தொழில் நுட்ப ரீதியாக அவருக்கு இருக்கக்கூடிய திறமை என்று பல்வேறு விஷயங்கள் இருந்தாலும், தன்னுடைய மிகப்பெரிய வெற்றிக்குக் காரணமாக அவர் நம்புகிற விஷயத்திற்குப் பெயர் “பகிர்ந்துகொள்ளுதல்” என்பதுதான்.

“எவன் ஒருவன் தன்னுடைய லாபத்தைப் பிறருடன் பகிர்ந்துகொள்ளத் தயாராக இருக்கிறானோ, அவனுடைய நட்டத்தைப் பகிர்ந்துகொள்ள மற்றவர்கள் தயாராக இருப்பார்கள்”

என்ற வாசகங்களில் அடங்கியுள்ள உண்மையை அவருடைய கதையின் மூலம்தான் என்னால் தெரிந்துகொள்ள முடிந்தது.

ஆரம்ப காலத்திலே புகைப்படம் எடுப்பதில் பெரும் ஆர்வம்கொண்டிருந்த அவர், ஒரு சிறிய விளம்பரம் ஒன்றைத் தன்னுடைய இணையப் பக்கத்தில் வெளியிட்டார்.

“நீங்கள் வளர்ந்துகொண்டுவரும் ஒரு மாடலா? அப்படியானால் என்னிடம் வாருங்கள். நான் உங்களுக்கு இலவசமாக போட்டோ எடுத்துத்தருகிறேன்” என்பதுதான் அந்த விளம்பரம்.

அவருடைய இந்த விளம்பரத்தைப் பார்த்து, மாடலிங் துறையில் பிரகாசிக்க வேண்டும் என்று ஆசைப்பட்ட பலரும் அவரிடம் வந்து சேர்ந்தார்கள். அவர்களை மாடலாகப் பயன்படுத்தி தன்னிடமிருந்த புகைப்படம் எடுக்கும் திறமையை வெளி உலகிற்கு வெளிச்சம் போட்டுக் காட்டினார் அவர். அப்படித் தான் எடுத்த புகைப்படங்களைத் தன்னுடைய இணைய தளத்தில் வெளியிட்டார்.

அதைப் பார்த்த ஒரு நிறுவனம் ஒரு குறிப்பிட்ட மாடல் தனக்கு வேண்டும் என்று அவரை அணுகியது. உடனடியாக அந்த மாடலின் தொலைபேசி எண்ணை அந்த நிறுவனத்துடன் பகிர்ந்துகொண்ட அவர், தனக்கு சன்மானமாக அந்த நிறுவனம் கொடுத்த பணத்தை வாங்க மறுத்துவிட்டார்.

“நான் எடுத்த புகைப்படத்தைப் பார்த்து நீங்கள் என்னை அணுகினீர்கள். நானும் என்னிடத்தில் இருந்த அவருடைய எண்ணை உங்களுடன் பகிர்ந்துகொண்டேன். அவ்வளவுதான். அவருக்கு நீங்கள் ஒரு வாய்ப்புக் கொடுக்கப் போகிறீர்கள் என்ற நினைப்பே எனக்கு மிகவும் மகிழ்ச்சியைத் தருகிறது. அதுவே எனக்குப் போதுமானது” என்றார்.

யாருடைய புகைப்படத்தை அவர் இலவசமாகக் கொடுத்தாரோ, பின்னாளில் அந்த நபர் மிகப் பிரபலமான மாடலாக உயர்ந்தார். ஒருசமயம் தனக்குக் கிடைத்த பெரும்பணத்தின் ஒரு பங்கை, சம்பந்தப்பட்ட ஃபோட்டோகிராஃபரிடம் கொண்டுவந்து கொடுத்த அவர், "இது உங்களுக்குச் சேர வேண்டிய பங்கு" என்கிறார்.

"இல்லை இது எனக்கு வேண்டாம். நீங்கள் எனக்கு இலவசமாக மாடலாக இருந்து உதவினீர்களே அதுவே எனக்குப் போதும்" என்று சொல்லிவிட்டார் அந்தப் புகைப்படக்காரர்.

அதனால் அவர்மீது அபிமானம் கொண்ட அந்த மாடல், தான் மிகப் பெரிய ஆளாக மாறிய பிறகு, தன்னுடைய மாடலிங் படங்களை எடுப்பதற்கான புகைப்படக்காரராக அவரை நியமனம் செய்ததன் மூலம் தன் நன்றியை வெளிப்படுத்தினார். அதன் பின்னால், அவருடைய கேமராவால் படம் பிடிக்கப்பட்ட பலரும், மிகப்பெரிய மாடல்களாக மாறிப்போனார்கள். அவர்கள் ஒவ்வொருவரிடமும் அவர் ஒன்றை மட்டும்தான் திரும்பத் திரும்பச் சொன்னார்.

"நான் உங்களை இலவசமாகப் படம் எடுப்பதற்கு நீங்கள் என்னைப் பெருந்தன்மையுடன் அனுமதித்தீர்கள். நானும் உங்களுக்குப் பணம் ஏதும் வாங்காமல் படம் எடுத்துக் கொடுத்தேன். அதேபோல் உங்களைப்பற்றி ஒருவரிடம் பரிந்துரை செய்யும்போதும்கூட அவரிடம் பணம் வாங்கிக்கொள்ளும் நோக்கத்துடன் அதை நான் செய்வதில்லை" என்றார்.

விளைவு?

அவருடைய புகைப்படங்களால் பிரபலமான மாடல்கள் பலரும் தன்னுடைய அலுவல் ரீதியான புகைப்படக்காரராக அவரை நியமித்துக் கொண்டார்கள். இன்று இந்தியாவில் மாடலிங் துறையில் மிகவும் புகழ்பெற்ற பெரிய புகைப்படக்காரராக அவர் இருக்கிறார். இவ்வளவு பெரிய வெற்றியை அவர் அடைவதற்கு அவரிடமிருந்த அவரது புகைப்படத் திறமையும், அவருக்கு அந்தத் துறையிலிருக்கிற ஞானமும்தான் காரணம் என்று பலரும் சொன்னாலும்கூட, சம்பந்தப்பட்ட அவர் தனது இந்த நிலைக்குக் காரணமென்று ஒன்றே ஒன்றைத்தான் சொல்லுகிறார்.

> "நான் எனக்கு வரும் லாபத்தை மற்றவர்களுடன் பகிர்ந்துகொள்ளத் தயாராக இருந்தேன். அவர்களும் அவர்களுடைய லாபத்தை என்னோடு பகிர்ந்துகொண்டார்கள். இவ்வளவுதான். இதுதான் என்னுடைய வெற்றிக்குக்கெல்லாம் காரணம்"

பணம் போட்டது நான்தான்! உழைத்ததும் கஷ்டப்பட்டதும் கூட நான்தான்! நஷ்டம் வந்தாலும் அது எனக்குத்தானே வரப் போகிறது? என்று ஆயிரமாயிரம் கற்பிதங்களை நமக்கு நாமே வகுத்துக்கொண்டு, நமக்காக உழைத்த மனிதர்களுக்குத் தேவையான பங்கைக் கொடுக்க எப்போது நாம் மறுக்கிறோமோ, அப்பொழுதிலிருந்தே நாம் நஷ்டமடையத் துவங்கி விடுகிறோம். அப்படி நமக்கு நட்டம் வருகிறபொழுது, ‘இவன்தானே எனக்குச் சேரவேண்டிய நியாயமான பங்கைக் கொடுக்காதவன்? இவனுக்கு நான் ஏன் உதவ வேண்டும்?’ என்று எல்லோரும் ஒதுங்கிக் கொள்ளுகிறார்கள்.

பகிர்தல் ஒரு மிகச்சிறந்த பண்பாடு மட்டுமல்ல. வாழ்க்கையில் நாம் உயர உதவக்கூடிய மிக முக்கியமான ஒரு ஆயுதமாகவும் அது இருக்கிறது. பணத்தில் மட்டுமல்ல எல்லாவற்றிலும் இதே மாதிரிதான்.

அடுத்தவருக்கு ஒரு பிரச்னை என்று வரும்பொழுது அவருடன் நீங்கள் சேர்ந்து நின்றால்தான், நாளை உங்களுக்கு ஒரு பிரச்னையென்று வரும்பொழுது.அடுத்தவர்கள் உங்களுக்கு ஆதரவாக நிற்கத் தயாராக இருப்பார்கள்.

இல்லையில்லை இந்த உலகம் மோசமானது. ஆதாயம் இருக்கிறது என்று தெரிகிறபொழுது அது வந்து என்னோடு கைகோர்த்துக்கொள்ளும். அதே எனக்கே ஒரு பிரச்னையென்றால் அப்போது யாரும் எனக்காகப் பரிந்துகொண்டு வந்து நிற்கமாட்டார்கள் என்று சொல்லுகின்ற மனிதர்கள் தங்களைச் சுயபரிசோதனை செய்துகொள்ள வேண்டும்.

நீங்கள் எத்தனைமுறை அடுத்தவருக்குப் பிரச்னையென்று வருகிறபொழுது ஓடிப்போய் நின்றீர்கள் என்பதை நீங்களே உங்களை ஒருமுறை கேட்டுக்கொள்ளுங்கள். அடுத்தவர்களுக்கு ஒரு பிரச்னை என்று வரும்பொழுது ஓடிப்போய் நிற்கிறவர்கள், தங்களுடைய வாழ்வில் பல்வேறு பிரச்னைகளைக் கடந்து வருகிறபொழுது, கூடவே அவர்களுக்கு உறுதுணையாகப் பல மனிதர்கள் ஓடோடி வருவதை நம்மால் பார்க்க முடிகிறது.

அவசரத்தில் உதவி செய்யக்கூடிய உறவுக்காரர், நண்பர், தெரிந்தவர், அலுவலகத்திலிருக்கக்கூடிய மேலதிகாரி, அல்லது நமக்குக் கீழே பணிபுரிபவர் போன்றவர்கள் எல்லோருக்கும் அந்த நேரத்தில் மட்டும் ஒரு நன்றியைத் தெரிவித்துவிட்டு, அத்தோடு அவர்களை மறந்துவிடுகிறோம். அந்தக் காலகட்டத்தில் அவர் செய்த உதவி மிகப்பெரிய உதவி என்று அப்போதைய காலகட்டத்தில் மட்டும் அதாவது ஒரு மாதத்திற்கோ, இரண்டு மாதத்திற்கோ, பதினைந்து நாட்களுக்கோ அதைப்பற்றிப் பேசிக்கொண்டு திரிகிறோம். அதற்குப் பிறகு அந்த மனிதர் பற்றிய நினைப்பே நம்முடைய மனதில் இருப்பது கிடையாது.

உண்மையில் அப்படிப்பட்ட நெருக்கடியான சூழ்நிலையில், அவர் மட்டும் இல்லையென்றால் என்ன ஆகியிருக்கும் என்ற நினைவை எப்பொழுதும் மனதுக்குள் சுமந்து கொண்டிருப்பவர்களுக்கு நிறைய மனிதர்கள் நட்பாக, உறவாகத் தொடர்ந்து இருந்துகொண்டேயிருக்கிறார்கள்.

அன்றைக்கு அவர் எனக்கு உதவினார். அதற்கான நன்றியை அன்றைக்கே அவருக்கு நான் செலுத்திவிட்டேன். ஏதோ என்னால் முடிந்ததை நான் பதிலுக்கு செய்துவிட்டேன். இத்தோடு நான் விலகிக்கொள்கிறேன். அடுத்து ஒரு பிரச்னை எனக்கு வரும் சமயத்தில் இன்னொருவர் வந்து எனக்கு உதவுவார் என்று நம்பிக்கொண்டிருப்பதைப்போன்ற பைத்தியக்காரத்தனம் வேறு எதுவும் இருக்க முடியாது.

அதற்குப் பெயர் புத்திசாலித்தனம் என்றும், எனக்கு அடுத்த வேலை வந்துவிட்டது. அதனால் நான் பிசியாகிவிட்டேன். அதனால் வேறு எதைப் பற்றியும் நினைக்க எனக்கு நேரமில்லை என்றும் தப்பித்துக்கொள்ள நீங்கள் ஆயிரமாயிரம் காரணங்களைச் சொல்லிக்கொள்ளலாம். ஆனால் உண்மையில் யார் ஒருவர் பகிர்ந்துகொள்ளத் தயாராக இருக்கிறாரோ, அவரோடு பயணம் செய்ய இந்த உலகம் தயாராக இருக்கிறது.

அனைத்தும் என்னால்தான் நடந்தது என்று நம்புகிறவர்கள் பகிர்ந்துகொள்ளத் தயாராக இருப்பது இல்லை.

அனைத்தையும் தன்னுடைய திறமையாலும், உழைப்பாலும் மட்டுமே சாதித்துக்காட்டக்கூடிய அசகாய சூரர்கள் யாராவது இந்த உலகத்தில் இருக்கிறார்களா என்பது கேள்விக்குறிதான்.

நீங்களும் சரி, நானும் சரி, அந்த அசகாய சூரர்களாக இருப்பதற்கான வாய்ப்புகள் குறைவுதான். தெரிந்தோ, தெரியாமலோ, நேரடியாகவோ, மறைமுகமாகவோ நிறையப் பேர் உதவப் போய்தான் இந்த உயரத்தில் வந்து இன்று நாம் உட்கார்ந்திருக்கிறோம். இதை மறக்கிறவர்கள் வெகு சீக்கிரம் விழுந்து விடுகிறார்கள்.

இதை எப்பொழுதும் நினைவில் வைத்திருப் பவர்கள் நீண்ட காலம் உயரத்திலேயே நிலைத்து நிற்கிறார்கள். அவர்களுடைய வாழ்க்கை உயர்ந்துகொண்டே போகிறது.

நமக்குக் கிடைக்கிற எல்லாவற்றையும் சுற்றி இருப்பவர்களுடன் பகிர்ந்துகொண்டால், நாம் அம்போ ஆக வேண்டியதுதான் என்று நம் அடிமனது நம்மிடம் சொல்லக்கூடும். எல்லோரோடும் பகிர்ந்து கொள்ள வேண்டுமென்று சொல்லவில்லை. யாரெல்லாம் இந்த வெற்றிக்காக உங்களுக்கு

உதவினார்கள் என்று உங்கள் உள்மனதிற்குத் தெரியும். அப்படிப்பட்டவர்களோடு நமது வெற்றியால் பெற்ற பலனைப் பகிர்ந்துகொள்ள வேண்டிய பொறுப்பு நமக்கு இருக்கிறது. சம்பந்தப்பட்டவர்கள் வேண்டுமானால் அதனை வேண்டாம் என்று மறுக்கலாம். அவர்களுடைய பெருந்தன்மையால்கூட அவர்கள் அப்படி இருக்கலாம். ஆனாலும், இந்த வெற்றிக்கு நான் மட்டும் காரணம் இல்லையென்று யார் நம்புகிறாரோ அவர் தன்னுடைய வெற்றியால் கிடைக்கிற பலனைப் பகிர்ந்துகொள்ளத் தயாராகவே இருக்கிறார்.

பகிர்ந்துகொள்ளுதல் என்பது பழக்கத்தால் வருவதுதான். ஆரம்பத்தில் நான் நஷ்டப்படுகிறேனோ என்ற உணர்வு உங்களிடத்திலிருந்து மேலெழும்பத்தான் செய்யும். ஆனால் இந்த மாதிரியான எண்ணங்களைக் கடந்து வருபவர்களால் பகிர்தலின் பலாபலன்களை நிச்சயமாக அனுபவிக்க முடியும்.

மிகப்பெரிய நிறுவனங்கள் வெற்றிபெற்றதற்குப் பின்னால், அவர்களுடைய சாதுரியமும், புத்திசாலித்தனமும் மட்டும் ஒளிந்து கொண்டிருக்கவில்லை. மாறாகத் தங்களுடைய வெற்றியை, தங்களுக்குக் கிடைத்த அதன் பலனை, அதனால் உயர்ந்த தங்களுடைய பொருளாதார நிலையின் சுகத்தைத் தங்களுக்காக உழைத்தவர்களுடன் பகிர்ந்துகொண்ட நிறுவனங்கள்தான் இன்றைக்கும் நீண்ட ஆயுசுடன் நிலைத்து நிற்கின்றன.

சில நிறுவனங்கள் ஆரம்பத்தில் மிகப்பெரிய வெற்றியை அடைந்ததுபோலத் தோன்றினாலும் தங்களுடைய அந்த லாபத்திற்குக் காரணமானவர்களுடன் அந்த பலனைப் பகிர்ந்துகொள்ளாததால் விரைவிலேயே வீழ்ந்தன என்பதுதான் வரலாறு.

நிறுவனங்களுக்கு மட்டுமல்ல, குடும்பங்களுக்கும் அப்படித்தான் நேர்ந்திருக்கிறது. கஷ்டப்படும்போதெல்லாம், இவன் வந்து உதவுவான் என்று நான்கு வார்த்தையில் பாராட்டிவிட்டு, அடுத்த நிமிடமே அவர்களை மறந்துபோகின்ற மனிதர்களாகவே நாம் இருக்கிறோம். அப்படியிருப்பது நமக்குச் சௌகரியமாகவுமிருக்கிறது. ஆனால், இந்த மன நிலை தொடர்கிறபொழுது, நமக்காக உதவும் மனிதர்களின் எண்ணிக்கையும் குறைவது உறுதி.

பகிர்ந்துகொள்ளுங்கள்! வாழ்க்கையில் தொடர்ச்சியாக வெற்றிபெற உள்ள ஒரே வழி அதுதான். உங்கள் துயரங்களைப்

பகிர்ந்துகொள்ளத் தயாராயிருக்கும் மனிதர்களுடன் உங்கள் வெற்றியைப் பகிர்ந்துகொள்ளத் தயாராக இருங்கள்.

உங்கள் கடினமான காலங்களை உங்களோடு பகிர்ந்துகொள்ளத் தயாராக இருந்த மனிதர்களுடன், உங்கள் இன்பமான நாட்களைப் பகிர்ந்துகொள்ளத் தயாராக இருங்கள்.

உங்கள் தோல்விகளில் தோள்கொடுத்து அதைப் பகிர்ந்துகொண்ட மனிதர்களோடு, உங்கள் வெற்றியின்போது, சேர்ந்து பயணிக்க வேண்டும் என்று திடமான, உறுதியான ஒரு முடிவை மேற்கொள்ளுங்கள்.

பகிர்தலைத் தவிர இந்த உலகத்தில் வெற்றிபெறுவதற்கான மிகப்பெரிய வழி எதுவும் இருப்பதாகத் தெரியவில்லை. அது குடும்பமாகயிருந்தாலும் சரி, உறவாகயிருந்தாலும் சரி, நட்பாக யிருந்தாலும் சரி, தொழிலாகயிருந்தாலும் சரி அல்லது இன்னபிற வேறு எதுவாகயிருந்தாலும் சரி, பகிர்தலே வெற்றிக்கான மிக முக்கியமான சூத்திரம்!

உலகத்தில் உள்ள எல்லா மனிதர்களும், எல்லா மனிதர்களையும் சார்ந்துதான் இருக்கிறார்கள்...

எனக்கு ஒரு நண்பருண்டு. எப்பொழுதாவது திடீரென்று தொலைபேசியில் அழைப்பார். எப்படி இருக்கிறாய் என்று நலம் விசாரிப்பார். குடும்ப உறுப்பினர்கள், நண்பர்கள் பற்றியெல்லாம் விசாரிப்பார்.

கடைசியாக ஒரு முக்கியமான விஷயம் என்று பேச ஆரம்பிப்பார்.

உண்மையிலேயே அவர் ஃபோன் பண்ணியது அந்த முக்கியமான விஷயத்திற்காகத்தான். இந்த நலம் விசாரிப்பு எல்லாம், நேராக விஷயத்திற்கு வந்தால் நான் தவறாக நினைத்துவிடுவேன் என்பதற்கான முன் நடவடிக்கைதான்.

உங்களுக்கும் இப்படியொரு நண்பர் இருக்கலாம். அல்லது நீங்களேகூட இன்னொருவருக்கு இப்படிப்பட்ட நண்பராக இருக்கலாம். அதாவது தேவை வருகிறபோது மட்டும் தேவையானவரிடம் தேடிப்போய் பேசுகிற தன்மையுடைய நண்பராக.

3

ரொம்ப நாளாப் பேசணும்னு நெனச்சுக்கிட்டேயிருந்தேன். நேரமேயில்ல. அன்றைக்குக் கூட உனக்கு ஃபோன் பண்ணேன் சிக்னல் கிடைக்கல. ஒரு நாள் நீ பைக்குல போறப்ப பாத்துட்டு கூப்பிட்டேன்... நீ கவனிக்கல... ஊருக்கு வருவ... அப்ப பேசுவோம்னு நெனச்சிட்டேயிருந்தேன்.. ஆனா நீ ஊருக்கு வரல... என்று ஏதோ ஒரு காரணத்தைச் சொல்லிக்கொண்டு... அந்தத் தொலைபேசி அழைப்பு நமக்கு வரும்.

உண்மையில் இதுவெல்லாம் காரணமில்லை. ஏதோவொரு காரியம் நம்மிடம் ஆக வேண்டும் என்பதற்காக செய்யப்பட்ட அழைப்புதான் அது. அனேகமாக அந்த நண்பர் இன்னொரு ஆறுமாதம் கழித்து, இன்னொரு வேலை நம் மூலமாக நடக்க வேண்டியிருக்கும்பட்சத்தில் இதே குசல விசாரிப்புகளோடு மறுபடியும் நமக்குத் தொலைபேசக்கூடும். இன்றைக்குக் கிட்டத்தட்ட நிறையப் பேர் அப்படித்தான் இருக்கிறோம்.

அவசியம் வரும்பொழுதுமட்டும் அழைத்து, உதவியைப் பெற்றுக்கொள்ளக்கூடிய நாம், அதற்குப் பிறகு அவர்களை மறந்தே போகிறோம். பல நேரங்களில், 'சே! நாம் ஏன் இப்படி இருக்கிறோம். ஏதாவது வேலை இருக்கும்பொழுது மட்டும் அவர்களோடு தொடர்புகொண்டு விட்டு, மற்ற நேரங்களில் அவர்களை விட்டுவிடுகிறோமே! அவர்கள் தவறாக நினைக்க மாட்டார்களா?' என்றொரு குற்ற உணர்வு நமக்கு இருந்தாலும்கூட, நிறையப்பேரால் தொடர்ச்சியாகத் தொடர்பில் இருக்க முடிவதில்லை. ஆனால்

அவர்களிடம் அவ்வப்போது எப்படியிருக்கிறீர்கள் என்று நலம் விசாரிக்க முடியாத அளவிற்கு, நாமெல்லாம் ஒன்றும் பிசியாக இல்லை என்பதுதான் உண்மை.

உண்மையைச் சொல்ல வேண்டுமென்றால் 'எங்க போகப் போறான்? இன்னொரு நாள் உதவியென்று கேட்டாலும் இவன் செய்யத்தான் போறான்' என்று அசமந்தமாக நாம் நம்பிக்கொண்டு இருப்பதுதான் இதற்கெல்லாம் முக்கியமான காரணம். கொஞ்சம் பட்டவர்த்தனமாகச் சொல்லவேண்டுமென்றால், நம்மிடம் குடிகொண்டுள்ள சுயநலத்தின் வெளிப்பாடு இது.

கோபிநாத்

நீங்கள் பரபரப்பாக இயங்கிக்கொண்டிருக்கக்கூடிய காலத்தில், ஒருவர் இல்லையென்றால் இன்னொருவர் எந்த ஒரு வேலையையும் உங்களுக்காகச் செய்து தருவதற்கான வசதியை நீங்கள் பெற்றிருக்கும் நிலையில் இது போன்ற அவசரத் தேவைகளுக்குமட்டும் அவர்களைப் பயன்படுத்திக் கொண்டுவிட்டு, அத்தோடு அவர்களைக் கழற்றி விடுவது சாதாரணமாக காரியமாக உங்களுக்குத் தெரியலாம்.

ஆனால் வாழ்க்கை அப்படியே இருந்துவிடாது. இப்படி அவசரத் தேவைகளுக்காக மட்டும் நீங்கள் அழைக்கும் நபர்களின் எண்ணிக்கை அதிகரித்துக்கொண்டே போகிற பட்சத்தில், உங்கள் அருகில் இருப்பவர்களின் எண்ணிக்கை குறைந்துகொண்டே போகும். ஒரு சுப நாளில் உங்கள் தொலைபேசி அழைப்பை அவர்கள் எடுக்க மாட்டார்கள்.

"இவனுக்கு இதே வேலையாப் போச்சு! ஏதாச்சும் வேலை ஆகணும்னா மட்டும் ஃபோன் பண்ணுவான்" என்று நண்பர்கள் வட்டாரத்தில் உங்களைப்பற்றி எழுகிற எண்ணம் உங்கள் மதிப்பையும் பெயரையும் வெகுவாகக் கெடுக்கும்.

தொடர்ச்சியாக உறவுகளைப் பேணுவது என்பது அவ்வளவு சிரமமான விஷயம் இல்லை. அதற்குக் கொஞ்சம் கூடுதல் கரிசனத்தோடு நாம் இருக்க வேண்டும். அவ்வளவுதான்.

போகிற வழியில் நண்பரின் அலுவலகம் இருந்தால், உங்களுக்கு நேரம் கொஞ்சம் இருந்தால், சோம்பேறித்தனம் பார்க்காமல், ஒரு பத்து நிமிடம், அந்த நண்பரைச் சென்று சந்தித்துவிட்டுப் போங்கள். ஏதோ வேலையாக ஒரு ஊருக்குப் போகிறபோது, அங்கே இருக்கக்கூடிய ஒரு உறவினர் வீட்டுக்கு ஒரு சர்ப்ரைஸ் விசிட் அடியுங்கள்.

'ஒரு வேலையும் இல்லாமல், சும்மா போய், நான் என்ன பண்ணப் போகிறேன்' என்று உங்களுக்குத் தோன்றலாம்.

வேலை எதுவும் இல்லாத போதும் நலம் விசாரிப்பதற்காக மட்டுமே நேரில் வந்து போனது அவர்களுடைய மனதில் பதியும். அடுத்த முறை நீங்கள் அவரை ஒரு வேலையாகத்

தொடர்பு கொள்ளும்பொழுது, உங்களுக்கும் ஒரு குற்ற உணர்வு இருக்காது. அவருக்கும் அது இயல்பாகத் தோன்றும். எப்போதும் தொடர்பில் இருப்பவர் என்ற நினைப்பை நீங்கள் விதைத்திருக்கும் காரணத்தால் அவர் உங்களுக்கு உதவி செய்யத் தவறமாட்டார். இன்னமும் சொல்லப் போனால், தானாக முன்வந்து அந்த உதவியைச் செய்துகொடுப்பார்.

இன்றைக்குத் தகவல் தொடர்பென்பது விரல் நுனியில் வந்துவிட்டதென்று பெருமை பேசிக்கொண்டே இருக்கிறோம். ஆனால் அதை வைத்து நாம் நம்முடைய தொடர்புகளைத் தொடர்ச்சியாகக் கைக்குள் வைத்துக்கொள்ளுவது இல்லை.

வாரம் ஒரு முறையோ, மாதம் ஒரு முறையோ, காரண காரியங்களே இல்லாமல் இரண்டு நிமிடம் நீங்கள் பேசலாம். அவருக்கு அது தொந்தரவாகப் போய்விடும். நம்மை அவர் சீப்பாக நினைத்துக்கொள்ளக்கூடும் என்று தயங்காதீர்கள். இல்லையென்றால் ஒரு குறுஞ்செய்தியோ, வாட்ஸப்பில் ஒரு வாழ்த்துச் செய்தியோகூட அனுப்பலாம். நீங்கள் எவ்வளவு நல்லவராக இருந்தாலும், எவ்வளவு பிசியானவராக இருந்தாலும், காரியத்துக்காகத்தான் பழகுகிறீர்கள் என்ற எண்ணம் எதிர்த்தரப்பில் இருப்பவருக்குத் தோன்றும் என்றால், நீங்கள் அவருக்கு இரண்டாம்பட்சம்தான்.

ஊடகத் துறையில் பணிதேடி அலையக்கூடிய பலரை நான் பார்த்ததுண்டு. அவர்களில் சில பேர், தொடர்ச்சியாக ஒருவரோடு தொடர்பில் இருப்பார்கள். அவரைத் தொந்தரவு செய்யாமல் தன்னை நினைவுபடுத்திக்கொண்டே இருப்பார்கள். ஒரு வாய்ப்பு வருகையில் தன்னோடு தொடர்ச்சியாகத் தொடர்பில் இருப்பவரின் முகம்தான் முதலில் சம்பந்தப்பட்டவரது ஞாபகத்துக்கு வரும்.

ஊடகத் துறையில் மட்டுமல்ல. எந்தத் துறையிலும் அப்படித்தான். இதில் இன்னொரு ரகம் உண்டு. ஒருவரோடு தொடர்ச்சியாக அன்பு பாராட்டி, தொடர்பில் இருந்து, அதன் வழியாக ஒரு ஆதாயத்தை அடைந்த பிறகு, முற்றிலுமாக அந்த நபரை மறந்துவிடக்கூடிய மனிதர்களும் உண்டு.

'இனி இவரது உதவி நமக்குத் தேவைப்படப் போவதில்லை' என்று நாமாகவே நினைத்துக்கொள்கிறோம்.

இந்த உலகத்தில் எல்லா மனிதர்களும், எல்லா மனிதர்களையும் சார்ந்துதான் இருக்கிறார்கள்.

நான் தனி ஆள். இப்போது எனக்கு அதிகாரம் வந்துவிட்டது, நான் யாரையும் சார்ந்திருக்கவில்லை என்று ஒரு நாளும் நினைக்காதீர்கள்.

மிகச் சாதாரண மனிதர்கள்கூட உங்களுக்குத் தேவைப்படக்கூடிய மனிதர்கள்தான். எனக்குப் பெரிய ஆட்களையெல்லாம் தெரியும். அதனால் இவர்களோடு எல்லாம் நான் தொடர்பில் இருக்க வேண்டியது இல்லையென்று நீங்களாக முடிவுக்கு வராதீர்கள்.

எல்லார் வீட்டுக் கல்யாணத்திற்கும் கட்டாயம் போகும் பெரியவர்களின் நடவடிக்கை நமக்குச் சில நேரங்களில் எரிச்சலை உண்டு பண்ணுகிறது. தன் வீட்டுக் கல்யாணத்திற்கு வந்தவரின் வீட்டுக் கல்யாணத்திற்குக் கட்டாயம் போக வேண்டும் என்று நினைக்கிற பெரியவர்களின் நினைப்பு, ஒரு தொடர்பை உறுதி செய்கிறது.

நாம் எல்லாவற்றையும் வியாபாரமாகப் பார்க்கிறோம். அது தவறு. எப்போதும் தொடர்பில் இருக்கமுடியவில்லை என்றாலும்கூட, பண்டிகை நாட்கள், விசேஷ தினங்களில் ஒரு தொலைபேசி அழைப்பின் வழியாக அவர்களின் நலம் விசாரியுங்கள். ஞாபகம் இருக்கட்டும்! நாளை மறு நாள் ஏதோ ஒரு வேலை நிமித்தமாகக்கூட நீங்கள் அவர்களை அழைக்க வேண்டியிருக்கலாம்.

"சும்மானாச்சுக்கும்தான் ஃபோன் பண்ணினேன்" என்று பொய் சொல்லி, அதற்குப் பிறகு எதற்குப் ஃபோன் செய்தேன் என்று நெருடலோடு சொல்லவேண்டிய நெருக்கடிக்கெல்லாம் ஆளாகாதீர்கள்.

மனிதர்கள்தான் இங்கு மிகப்பெரிய சொத்து. அவர்களோடு தொடர்பில் இருப்பவன்தான் புத்திசாலி!

திருத்தமாகத் தங்கள் பணியைச் செய்கிறவர்கள்தான் மார்க்கெட்டில் நிலைத்து நிற்கிறார்கள். அவர்களுக்கென்று தனிப் பெயர் இருக்கிறது...

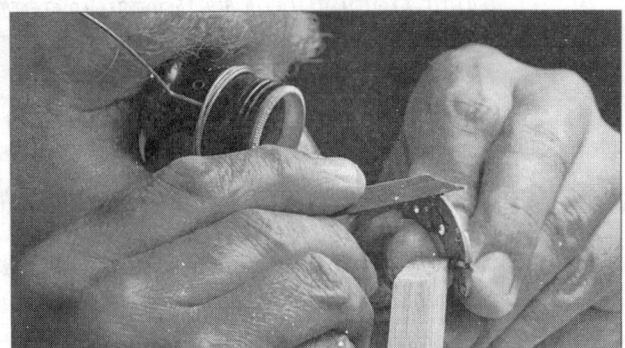

4

கொஞ்சம் பொறுமையாக இருங்கள்!

எனக்கென்னவோ இந்த வாசகம்தான் இன்றைய இளைஞர்களுக்குத் தேவைப்படக் கூடிய மிக முக்கியமான விஷயம் என்று தோன்றுகிறது.

முன்பைவிடத் தகவல் தொடர்பு, உலகைப் பற்றிய பார்வை, படிப்பு, செல்வம் என எல்லாமும் அதிகரித்திருந்தபோதிலும் முன்பு இருந்த இளைஞர்களைவிட இன்று கல்லூரிப் பருவத்தில் இருக்கக்கூடியவர்கள் அல்லது அதற்கு அடுத்த நிலையில் இருக்கிறவர்கள் ரொம்பப் பதட்டத்தோடும், பயத்தோடும் ஏதோ இனம்புரியாத கவலையோடும்தான் தினந்தோறும் தங்களுடைய நாட்களைக் கடத்துகிறார்கள்.

ஏன் இப்படிப் பத்துக்குப் பாதி பேர் பதட்டத் தோடேயே இருந்துகொண்டிருக்கிறார்கள் என்ற கேள்வி எப்பொழுதும் உறுத்திக்கொண்டே இருக்கிறது. இப்போதைய இளைஞர்களுக்குத் தேடல்களும் அதிகம், அவசரமும் அதிகம். ஒரு விஷயத்தை அடைய நான் என்ன விலைகொடுக்க வேண்டுமென்றாலும் தயார், எவ்வளவு உழைப்பைக் கொடுக்க வேண்டுமென்றாலும் தயார், எவ்வளவு படிக்க வேண்டும் என்றாலும் தயார். எதற்கும் தயார்.

ஆனால் அது எனக்கு உடனடியாக நடந்துவிட வேண்டும் என்கிற ஒருவிதப் பதைபதைப்பு அவர்களை நெருக்கித் தள்ளுகிறது.

வாட்ஸப்பில் இரண்டு டிக் விழுந்துவிட்ட அடுத்த நொடியே பதில் வர வேண்டும் என்று எதிர்பார்ப்பதைப்போல எல்லா விஷயங்களும் உடனடியாக நடந்துவிட வேண்டும் என்று மனது நம்மையறியாமல் எதிர்பார்க்கத் தொடங்கிவிட்டது.

'அநேகமாய் எப்பொழுதும் இளைஞர் கூட்டம் பதட்டமாய் இருப்பதற்கு இந்த அவசரமும், இன்ஸ்டண்ட் ரிசல்ட் எதிர்பார்க்கிற இந்த மனசும்தான் காரணமோ?' என்று தோன்றுகிறது.

முன்புபோல் இல்லாமல் இந்தக் காலத்தில் நிறைய விஷயங்கள் உடனடியாக நடக்கிறது. அல்லது அது உடனடியாக நடக்க வேண்டுமென்று வலியுறுத்தப்படுகிறது. அப்படிப் பார்க்கிறபோது,

ஒரு விஷயத்தைச் செய்வதற்குத் தேவைப்படக்கூடிய நியாயமான கால அவகாசத்தை சமூகமோ அல்லது சூழ்நிலைகளோகூட பல நேரத்தில் ஒருவருக்குக் கொடுப்பதில்லை.

இதற்குப் பழகிப்போயிருக்கக்கூடிய இந்த மனசு, எதையும் உடனடியாக நடக்க வேண்டும் என்று எதிர்பார்க்கிறது.

வேலை வேகமாக முடிய வேண்டும் என்பதில் குறியாக இருக்கிற நாம், அதைச் செம்மையாகச் செய்ய வேண்டும் என்பதில் கவனக் குறைவாக இருந்துவிடுகிறோம். நம்முடைய

கவனக்குவிப்பு முழுவதுமே, அந்த வேலையை முடித்தாக வேண்டும் என்ற நெருக்கடியிலேயே கடந்து போய்க் கொண்டிருக்கிறது.

விளைவு? ஒரே முறையில் சரியாகச் செய்ய வேண்டிய ஒன்றை பத்து முறை தவறு, தவறாகச் செய்கிறோம். அதனால் விரைவிலேயே பொறுமை இழக்கிறோம். ஏன் இப்படி நடக்கிறது என்று நம்மை நாமே நொந்துகொள்கின்றோம். நாம் திறமையற்றவரோ என்று அடிக்கடி சந்தேகத்தோடு ஒரு கேள்வியை நமக்கு நாமே பல முறை கேட்டுக்கொள்கிறோம்.

'ரோம் நகரம் ஒரே நாளில் கட்டி முடிக்கப்பட்டதல்ல' என்று ஒரு வாசகம் உண்டு..

ஒரு மிகப்பெரிய விஷயத்தைச் செய்ய முனைகிறபொழுது அதற்குத் தேவைப்படக்கூடிய நியாயமான கால அவகாசத்திற்கும் நாம் இடம்தர வேண்டும். ஒவ்வொரு அவசரத்திற்குப் பின்னாலும், யாரோ ஒருவரைவிட வேகமாக நாம் ஒரு வேலையைச் செய்துமுடித்துவிட வேண்டும் என்று நமக்கு நெருக்கடி கொடுக்கப்படுகிறது. வேகமாக அந்த வேலையை முடித்துக் கொடுத்தும், அது உருப்படியாக முடியவில்லையென்றால் அதில் என்ன புண்ணியம். அசமந்தமாக இருக்க வேண்டியதில்லை. ஆனால் அதற்காக இவ்வளவு அவசரம் அவசியமா என்பதும் தெரியவில்லை.

இந்த வயதில் பரபரப்பாக இயங்க வேண்டியது மிகவும் முக்கியம். ஆனால்...

கவனச்சிதறல் இல்லாமல், கவனக் குவிப்பு முழுவதும் நாம் செய்கின்ற வேலையில் இருக்கும்பட்சத்தில் தானாகவே அந்த வேலை சீக்கிரமாக முடியும்.

சீக்கிரமாக முடிக்க வேண்டும்.....முதலில் முடிக்க வேண்டும்.... நான்தான் அதனை முதலில் செய்து முடித்ததாக இருக்க வேண்டும் என்ற பதைபதைப்புக்குள் தயவுசெய்து சிக்கிக்கொள்ளாதீர்கள்.

அப்படி ஒரு நெருக்கடியை உங்களுக்குக் கொடுப்பதன் வழியாக நீங்கள் அந்த வேலையை விரைந்து முடிப்பீர்கள் என்று உங்களுடைய அலுவலகம் நம்பலாம். உங்கள் சமூகச் சூழல் நம்பலாம். ஆனால் அந்த நெருக்குதலை உங்களுடைய உள் மனதில் ஏற்றிக்கொள்ளாதீர்கள். அப்படி ஏற்றிக்கொள்ளாதவர்கள்தான் வேலையைச் செவ்வனே செய்து முடிக்கிறார்கள். அதிலும் சீக்கிரமாகவும் செய்து முடிக்கிறார்கள்.

தொலைக்காட்சி நிகழ்ச்சிகளுக்கு லைட்டிங் செய்கிறபொழுது, இரண்டு நாட்களாக இதே வேலையைச் செய்கிறார்களே என்று

கோபிநாத்

எரிச்சலாக இருக்கும். ஒரு சின்ன லைட் தவறாக இருந்தால்கூட அதனை உடனடியாகச் சரி செய்து. அதற்கு ஏற்றவாறு மற்ற விளக்குகளையும் சரி செய்து, அதற்காக அவர்கள் ஒரு மணி நேரம் அதிகமாக எடுத்துக்கொள்ளுகிறபொழுது, இதெல்லாம் வேலைக்காகாது என்றே தோன்றும்.

ஆனால் அப்படி மிகச்சரியாகச் செய்யப்பட்ட வேலை - நியாயமான நேரம் கொடுத்து செய்யப்பட்ட வேலை அதற்குரிய பலனைத் தரும். அவசர அவசரமாக..... இல்லை இல்லை... இது போதும் என்று நாமாக முடிவெடுத்து ஏதோவொன்றைக் காமா சோமா என்று செய்து முடிக்கிற வேலையை தொலைக்காட்சியில் ஒளிபரப்பப்படுகையில் பார்க்கிறபொழுது அது பல்லை இளிப்பதைப் பார்த்து அதிலுள்ள குறை வெட்டவெளிச்சமாகத் தெரியும்போது வருத்தமாக இருக்கும்.

லைட்டிங்கிற்குப் பெயர்போன ஒளிப்பதிவாளர்களும் தொழில்நுட்ப வல்லுநர்களும் எல்லோரிடமும் இன்னும் பத்து நிமிஷம், இன்னும் பத்து நிமிஷம் பொறுத்துக் கொள்ளுங்கள் என்று நேரத்தைத் தயவாகக் கேட்டுப் பெறுவார்கள். குறைகளை முழுவதுமாகச் சரி செய்த பிறகே படப்பிடிப்பை நிகழ்த்த அனுமதிப்பார்கள். நான் கவனித்த வரைக்கும்...

திருத்தமாகத் தங்களுடைய பணியைச் செய்கிறவர்கள்தான் மார்க்கெட்டில் நிலைத்து நிற்கிறார்கள். அவர்களுக்கென்று தனிப் பெயர் இருக்கிறது, புகழ் இருக்கிறது.

பொறுமையின்மை ஒரு மனிதனுடைய உடல் நலத்தையும் பெரிய அளவில் பாதித்து விடுகிறது. முடிவெடுப்பதில் அவசரம் காட்டுகிறோம், தீர்மானிப்பதில் அவசரம் காட்டுகிறோம். மனிதர்களிடம் வெட்டு ஒன்று, துண்டு ரெண்டு என்கிற ரீதியில் பேசி உறவுகளை அறுத்துக்கொள்ளுகிறோம்.

காதலில்கூட இப்போது காத்திருப்பது, அதனுடைய சுவாரஸ்யத்தை அனுபவிப்பது போன்ற கவிதைத்தனமான போக்கெல்லாம் இருப்பதில்லை. காதல் கொள்வது உடனடியாக நடந்துவிட வேண்டும், உடனடியாக அது எதிர்ப்பாலினரால் ஏற்றுக்கொள்ளப்பட வேண்டும், உடனடியாகக் காதலர்களாக அவர்கள் மற்றவர்கள் நடுவில் காட்சிதர வேண்டும், வெகு சீக்கிரத்தில் கிழக்குக் கடற்கரைச் சாலையில் காதலனைக் கட்டியணைத்தபடி விரைவுப் பயணமொன்றை மேற்கொண்டே ஆகவேண்டும் என்று மனசு கிடந்து தவிக்கிறது.

காதலில் மட்டுமல்ல, நட்பிலும்கூட இதே அவசர நிலைமை தான். விரைவிலேயே நண்பர்களாகிறோம், விரைவிலேயே எதிரிகளும் ஆகிறோம். ஒரு பேருந்திலே ஏறி உட்கார்ந்த ஐந்து மணி நேரம் கழித்துத்தான் நாம் போய்ச் சேர வேண்டிய இடம் வரும் என்பது தெளிவாகத் தெரிந்திருந்தும்கூடப் பக்கத்தில் இருப்பவரிடம் “எத்தனை மணிக்கு இந்த வண்டி ஊர் போய்ச் சேரும்? எத்தனை மணிக்கு இந்த வண்டி ஊருக்குப் போய்ச் சேரும்?” என்று ஏழு முறை கேட்கிறோம்.

இருபத்தைந்து முறை கடிகாரத்தைப் பார்த்து இன்னமும் இவ்வளவு நேரம் இருக்கிறதே என்று அலுத்துக்கொள்ளுகிறோம். ஓரிடத்திலே ஒரு மணி நேரம்கூட நம்மால் உட்கார்ந்திருக்க முடிவதில்லை. போய் இறங்கியவுடன் அந்த ஊரில் ஏதாவது வேலை இருக்கிறதா என்றால்? அதுவும் இல்லை. ஆனால் அந்த ஐந்து மணி நேரத்தைக் கடத்தல் என்பது நமக்கு மிகவும் கடினமான ஒரு வேலையாக இருக்கிறது. எல்லாமும் உடனடியாக நடந்துவிட வேண்டும் என்று நினைக்கிற நினைப்பு மனதை பலகீனமாக்கிவிடும்.

இன்றைக்கிருக்கிற காலகட்டத்தில் எல்லாமும் உடனடியாக நடந்துவிட வேண்டும் என்று நிர்ப்பந்திக்கப்படுகிறது என்பது உண்மைதான். ஆனால் சொந்த வேலைகளிலாவது அல்லது நாம் விரும்பிச் செய்யக்கூடிய விஷயங்களிலாவது இந்த அவசரத் தன்மை இல்லாமல் சற்றுப் பொறுமையோடு இருப்பது நல்லது.

நம் அப்பாக்களுக்கு அறுபது வயதில் வந்த ஹார்ட் அட்டாக்குகள் இப்போது நம் தலைமுறைக்கு நாற்பது வயதிலேயே வருவதற்கு இவைதான் காரணம்.

எல்லாவற்றுக்கும் நியாயமான நேரம் கொடுங்கள்...கொஞ்சம் பொறுமையாய் இருங்கள்... நீங்கள் இரண்டாவதாக வந்தாலும் பரவாயில்லை, முதலாவதாக வரவேண்டும் என்று மனதைப் போட்டு அழுத்தி அழுத்தி நோயாளியாக மாறிப் போகாதீர்கள்.

பொறுமையாக இருங்கள்!

5

இளைஞர்கள் தீவிரமான அரசியல் பேசுகிறவர்களாக, பிரச்னைகளுக்காகக் குரல் கொடுப்பவர்களாக ஆழ்ந்த புரிதலோடு அரசியலை அணுகுகிறவர்களாக இருந்த காலகட்டத்தைத்தான் தேசத்தின் பொற்காலம் என்று ஒரு சமூகம் பதிவு செய்கிறது.

நம்ம ஆட்களுக்குக்கிரிக்கெட்டையும்,சினிமாவையும் விட்டா வேற ஒண்ணும் தெரியாதுய்யா என்று பேச்சுவாக்கில் அங்கலாய்ப்பவர்களைக் கண்டால் எனக்குக் கடும் கோபம் வரும். நான் அவர்களோடு சண்டை போடுவேன். இது வேண்டுமென்றே இளைஞர்களையும், இந்தியாவையும் விமர்சிப்பதற்காக இவர்கள் வகுத்திருக்கக்கூடிய திட்டம் என்று எண்ணுவேன்.

உண்மையிலேயே இந்தக் கிரிக்கெட்டையும், சினிமாவையும் தாண்டி நம் ஆட்களுக்கு வேறு எதுவும் தெரிவதில்லை என்று சில நேரங்களில் எனக்கும்கூடத் தோன்றும். நானும் கிரிக்கெட்டின் ரசிகன்தான். சினிமாவின் ரசிகன்தான். இங்குள்ளவர்களில் நிறையப்பேர்

அப்படித்தான் இருக்கிறார்கள். ஆனாலும் சில நேரங்களில் கொஞ்சம் அதீதமாகத்தான் அவற்றைக் கொண்டாடுகிறோமோ. இந்த அதீதக் கொண்டாட்டத்தின் காரணமாக நாம் அடிக்கடி பேச வேண்டிய, விவாதிக்க வேண்டிய, கலந்துரையாட வேண்டிய சண்டைபோட வேண்டிய விஷயங்கள் எல்லாம் மழுங்கிப்போய்விடுகிறதோ என்று நான் ஆதங்கப்படுவதுண்டு.

மனசும், உடலும் பரபரவென்று இயங்குகிற இளம் பருவ காலத்தை - பதினைந்து வயதில் இருக்கிற காலகட்டத்தை பயனுள்ள காரியங்களுக்குப் பயன்படுத்துவதை விட்டுவிட்டு அந்த நாட்களை கிரிக்கெட்டையும், சினிமாவையும் பற்றி மட்டுமே பேசிக்கொண்டும், விவாதித்துக் கொண்டும் இருப்பதால் விரைவில் ஓய்ந்துபோய் விடுகிறோமோ என்று தோன்றுகிறது.

இதில் என்ன தவறு இருக்க முடியும்? கிரிக்கெட்டும், சினிமாவும் இந்தியாவின் மிகப் பிரபலமான விஷயங்கள். அது குறித்துப் பேசிக்கொண்டிருப்பதில் அப்படி என்ன ஒரு குற்றம் இருந்துவிட முடியும் என்று தோன்றலாம்.

தீவிர அரசியல், ஜாதிப் பிரச்னைகள், பொருளாதார ஏற்றத் தாழ்வுகள், இன்னும் சில முக்கியமான, அவசியமான பேசித்தீர்க்கவேண்டிய விஷயங்களைப் பற்றியெல்லாம் பேசாமல் இருக்க வேண்டும் என்பதற்காக இளைஞர் கூட்டத்தை இந்தக் கிரிக்கெட்டுக்குள்ளும், சினிமாவிற்குள்ளும் தொடர்ந்து தள்ளிக்கொண்டிருக்கிறார்களோ என்ற சந்தேகமும் எழாமலில்லை. இன்னொரு பக்கம்...

எல்லா விஷயங்களையும் விளையாட்டாகப் பார்க்கக்கூடிய மனப்பாங்கு தொடர்ந்து வளர்ந்துகொண்டே வருகிறது.

இளைஞர்கள் அதிகம் புழங்கும் இணையத்திற்குள் ஒரு ரவுண்ட் அடித்துவிட்டு வந்தால்...இந்த இரண்டு விஷயங்களைப் பற்றித்தான் அதிகம் பேசப்படுகிறது.

ஆனால் உண்மையாகவே சீரியசாக விவாதிக்கப்பட வேண்டிய விஷயங்கள் வெறுமனே பகடி செய்வதற்கான ஒரு களமாக, மூலப் பொருளாக மாறிப் போயிருப்பதை நம்மால் பார்க்க முடிகிறது.

அதெல்லாம் வயசு வருகிறபொழுது, பொறுப்பு வருகிறபொழுது தானாக அவர்கள் கனமான விஷயங்களைப் பற்றியெல்லாம் பேசுவார்கள் என்று அவ்வளவு லேசில் இதை விட்டுவிட முடியாது. அதிகமான இளைஞர்கள் இருக்கிற தேசத்தில் எதையும் விளையாட்டாகப் பார்க்கக்கூடியவர்களாக அவர்களை மாற்றிவைத்திருப்பது ஒரு விதத்தில் அவர்களுக்கு எதிராகச் செய்யப்பட்டிருக்கும் ஒரு சதிதான்.

தவறுகளுக்கு எதிராக விவாதிப்பவர்கள், தட்டிக் கேட்கிறவர்கள், கண்டிக்கிறவர்களின் எண்ணிக்கை அதிகரித்துக்கொண்டேயிருக்கும்பொழுதுதான் தவறு செய்பவர்களுக்கு அது குறித்த பயம் ஏற்பட ஆரம்பிக்கும். இல்லையென்றால் இவர்கள் எல்லாவற்றையும் விளையாட்டாகத்தான் எடுத்துக்கொள்வார்கள். நாம் செய்வதைச் செய்துகொண்டிருப்போம் என்ற மன நிலையை அவர்களுக்குள் நாமே விதைத்துவிடுகிறோம்.

உலகெங்கும் இருக்கக்கூடிய நாடுகள் ஒவ்வொன்றிற்கும் அவர்களுக்கான பொற்காலம் என்பது ஒன்று உண்டு. அந்தக் காலம் அவர்களின் பொற்காலம் என்று பல்வேறு காரணிகளை அடிப்படையாகக்கொண்டு சொல்லப்படுகிறது. இளைஞர்கள் தீவிரமான அரசியல் பேசுகிறவர்களாக, பிரச்னைகளுக்கு எதிராகக் குரல் கொடுப்பவர்களாக, ஆழ்ந்த புரிதலோடு அரசியலை அணுகுகிறவர்களாக இருக்கும் காலகட்டத்தைத்தான், ஒரு தேசத்தின் பொற்காலம் என்று ஒரு சமூகம் பதிவு செய்கிறது.

தமிழகத்தைப் பொருத்தவரையில் எழுபதுகளைத் தமிழகத்தின் பொற்காலம் என்று சொல்லுவார்கள். கல்லூரியில் படிக்கிற மாணவர்கள் தொடங்கி அனைவரும் தீவிர அரசியல் பேசிய காலகட்டம் அது. சமூகத்தின் பிரச்னைகளுக்கு எதிராக அவர்கள் ஒன்று திரண்ட காலமது. இன ஒற்றுமை, ஏற்றத்தாழ்வுகளை சமன்படுத்தல் உள்ளிட்ட பல்வேறு கூறுகள் குறித்து தீவிரமான புரிதலும், தீவிரமான பேச்சுகளும் இருந்த ஒரு காலகட்டம் அதுதான்.

ஆனால் பணம் கொழிக்கக்கூடிய காலகட்டத்தைத்தான் பொற்காலம் என்று இப்போது கொண்டாடுகிறோம். வளம் பொதிந்த, வசதிகள் நிறைந்த காலகட்டத்திற்குத்தான் பொற்காலம் எனப் பெயரிடப் பார்க்கிறோம். உண்மை அதுவல்ல.

மனதளவில் தீவிர சிந்தனைகள் கொண்ட இளைஞர்கள் அதிகரிக்கின்ற காலம்தான் ஒரு நாட்டின் பொற்காலம்.

வெறுமனே சினிமாவின் பின்னால் போகிறவர்களாக, கிரிக்கெட் மேட்சுகளுக்கு லீவு போடுகிறவர்களாக, தொலைக்காட்சியில்

விழுந்து கிடப்பவர்களாக எல்லா விஷயங்களையும் பகடி பண்ணுகிறவர்களாக, ஃபேஸ்புக்கிலும், ட்விட்டரிலும், இணையத்திலும் மட்டும் கருத்துத் தெரிவிக்கிறவர்களாக ஒரு இளைஞர்கூட்டம் தொடர்ந்து மாறிக் கொண்டிருப்பதென்பது ஆபத்தான விஷயம்.

எந்த ஒரு சமூகம் சிந்தனை அளவில் செழிப்பானதாக இல்லையோ அந்தச் சமூகத்திடம் எவ்வளவு பணம் இருந்தாலும், எவ்வளவு தொழில்நுட்ப அறிவு இருந்தாலும், எவ்வளவு வசதிகள் இருந்தாலும் அது பயனற்றதுதான். ஆழ்ந்து கவனித்தால்...

இந்தியா உண்மையிலேயே ஒரு பொற்காலத்தில்தான் தற்போது இருக்கிறது. இதை நாம் உணர்ந்திருக்கிறோமா என்பது தெரியவில்லை.

இவ்வளவு இளைஞர்கள் வேறு எங்கும் கிடையாது. அலுவலகங்களிலே உயர் பதவிகளில் இருப்பவர்களின் வயது சராசரியாக ஐம்பது என்றெல்லாம் இருந்த காலகட்டங்கள் முடிந்து நாற்பது வயதில், முப்பத்தி ஐந்து வயதில் பெரும் நிறுவனங்களின் உயர் பதவிகளில் இளைஞர்கள் கோலோச்சுகிறார்கள்.

தங்கள் கருத்தை, தங்கள் சிந்தனையை, தங்களுடைய எண்ணங்களைப் பிரதிபலிக்க அவர்கள் கையில் இப்போது ஒரு ஊடகம் இருக்கிறது. ஆனால் இவை எல்லாம் எதற்குப் பயன்படுகிறது என்ற கேள்விதான் மனதைத் தொடர்ந்து அரிக்கிறது.

கனடாவின் பூர்வகுடி இனமான செவ்விந்தியர்களுக்கு அந்த நாடு பல்வேறு வசதிகளைச் செய்து தருமாம். அவர்கள் குடிப்பதற்குத் தேவையான மதுபானங்கள்கூடத் தடையின்றி அவர்களுக்குக் கிடைக்க ஏற்பாடு செய்து தருவார்கள் என்று ஒரு தகவல் உண்டு.

‘ஆஹா! பூர்வகுடி மக்களை எவ்வளவு நன்றாகப் பார்த்துக் கொள்ளுகிறார்கள்’ என்று உலகமே இவர்களைப் பார்த்து வியந்தாலும் இதன் பின்னணியிலே உள்ளடி அரசியல் ஒன்று இருக்கிறது.

குடிக்கிறவன் கேள்வி கேட்க மாட்டான்...உழைக்க வேண்டிய அவசியம் இல்லாதவன் கேள்வி கேட்க மாட்டான்...தனக்கென்று

ஒரு பிரச்னையும் வராதபோது அவன் கேள்வி கேட்கவே மாட்டான்..

'நீயாரடா எங்களை நாட்டாமை செய்வது, இது எங்களுடைய தேசமல்லவா?" என்று செவ்விந்தியர்கள் குரல் எழுப்பாத அளவிற்கு வசதிகளைச் செய்துகொடுத்து அவர்களை மழுங்கடித்து வைத்திருக்கிறார்கள். கிட்டத்தட்ட நிலைமை இங்கும் அப்படித்தான் இருக்கிறது. ஆனால் அந்த வசதிகளின் வடிவங்கள் மட்டும் இங்கே வேறாக இருக்கிறது.

நமக்கு முன்பைவிடக் கையில் புழங்கும் காசு அதிகம், வேலை வாய்ப்புகள் அதிகம், சுதந்திரம் அதிகம், செயல்பாட்டுத்திறன் அதிகம், இணையத்தின் வாயிலாகக் கருத்துக்களைத் தெரிவிக்கும் வாய்ப்புகள் அதிகம். இது எல்லாமும் இருந்தும்கூட, அதை வெறுமனே விளையாட்டுப் போக்குடன் பார்க்கும் மன நிலையும் நம்மிடத்தில்தான் அதிகமாக இருக்கிறது. இப்படியான ஆயுதங்களைக் கையில் வைத்துக்கொண்டே நாம் அடங்கிக் கிடக்கிறோம், அல்லது சிரித்துக்கொண்டே கிறங்கிப் போய்க் கிடக்கிறோம். இதை வைத்துக்கொண்டு செய்யவேண்டிய மிக முக்கியமான விஷயம் என்ன என்பதையெல்லாம் நாம் மறந்துவிட்டோம். வெற்றாக நம்முடைய நாட்கள் நகர்கின்றன.

ஆனாலும் எனக்கு நம்பிக்கை இருக்கின்றது. ஒரு புதிய மாற்றம் நிகழக்கூடிய காலகட்டத்தின் ஆரம்ப நாட்களில் எந்தவொரு சமூகத்திலும் இப்படி நடப்பது இயல்புதான். அது விளையாட்டாக இருக்கலாம், மேம்போக்காக நடந்துகொள்ளும் கிரிக்கெட்டையும், சினிமாவையும் தூக்கிவைத்துக் கொண்டாடும் நிலைமையாக இருக்கலாம். ஆனால் ஒரு காலகட்டத்தில் இவையெல்லாம் பேசித் தீர்ந்து அலுத்துப் போய் விடக்கூடிய ஓய்ந்துவிடக்கூடிய ஒரு நிலையை மக்கள் அடைந்துவிடுவார்கள். அப்போது அதிதீவிர அரசியல் பார்வையுடனும், தீவிர சமூக எண்ணத்துடனும், தீவிரமாக எதைப்பற்றியெல்லாம் விவாதிக்க வேண்டுமோ அது குறித்து கவனம் செலுத்தும் போக்குடனும் இந்தச் சமூகம் இதைப் பற்றியெல்லாம் பேசிட முற்படும் என்று நான் தீர்க்கமாக நம்புகிறேன்.

ஆனால் அந்தக் காலகட்டம் வரும்வரை இதைப் போன்ற விஷயங்களைப் பற்றியெல்லாம் ஞாபகப்படுத்திக்கொண்டே யிருக்க வேண்டிய பொறுப்பு நம் எல்லோருக்கும் இருக்கிறது. இல்லையென்றால் அளப்பரிய இளைஞர்களின் சக்தியை வைத்துக்கொண்டு தோற்றுப் போன தேசங்களின் வரிசையில் நாமும் வந்துவிடக்கூடிய ஆபத்து இருக்கிறது.

நீங்கள் தீவிரமாக நேசிக்கிற, சுவாசிக்கிற ஒரு விஷயத்தை எப்படி ஒருவர் எதிர்மறையான கருத்தைச் சொல்லி உங்களை நம்பிக்கை இழக்க வைக்க முடியும்.

6

வாழ்க்கை என்பது குறைவான தகவல்களை வைத்துக்கொண்டு சரியான முடிவுகளை எடுக்கும் ஒரு கலை வடிவம் என்று சொல்லுவார்கள். ஒரு விஷயம் குறித்து 100 சதவிகிதம் தெரிந்த பிறகுதான் அந்தக் காரியத்தில் இறங்குவேன் என்றால் நாம் கடைசி வரைக்கும் அதைச் செய்யவே முடியாமல் போய்விடும்.

இன்னமும் சொல்லப் போனால் ஒரு காரியத்தில் இறங்கி வெற்றி பெற்றவர்கள் எல்லாம் அதுபற்றிய 100 சதவிகிதத் தகவல்களைக் கையில் தயாராக வைத்துக்கொண்டு களம் இறங்கியவர்களா? என்று ஆராய்ந்தோமேயானால் அப்படியெல்லாம் இல்லை என்பது தெரிய வரும். ஒன்றுமே தெரியாமல் ஒரு விஷயத்திற்குள் காலை வைப்பது எப்படித் தவறோ அதே மாதிரி 100 % ஒரு விஷயம் குறித்த பாண்டித்தியம் கிடைத்த பிறகுதான் அதில் இறங்குவேன் என்று சொல்வதும் தவறுதான்.

வெற்றி என்பது நம்மிடம் இருக்கக்கூடிய தகவல்கள், தரவுகளை மட்டும் பொருத்து அடைவது இல்லை. நாம் தெரிந்து வைத்திருக்கக்கூடிய விஷயங்களை வைத்துக்கொண்டு அதன்மீது நம்முடைய உழைப்பைச் சரியாகச் செலுத்தி, நாணயத்தோடும், நம்பிக்கையோடும் செயல்பட்டால் இங்கே எதை வேண்டுமானாலும் சாதிக்க முடியும்.

வெறுமனே உங்களை உற்சாகப்படுத்துவதற்காக இந்த வார்த்தைகளை நான் சொல்லவில்லை. உண்மை அதுதான். ஒரு விஷயத்தைச் சரிவரச் செய்யக்கூடிய தகுதியும், வாய்ப்பும், சூழ்நிலையும், இருந்தாலும்கூட, அதைச் செய்வதற்கு நாம் தயங்குவதற்கான முக்கிய காரணம் என்ன?

நம்மிடம் இருக்கக்கூடிய இந்தத் தகவலை வைத்துக்கொண்டு, நம்மால் நாம் நினைத்ததைச் செய்துவிட முடியுமா? என்ற சந்தேகத்துடனே அதை அணுகுகிறோம்.. நம்மால் இதைச் செய்ய முடியாது என்று நாமே நம்புகிறோம். நம்முடைய திறமை குறித்து நாம் வைத்திருக்கக்கூடிய மதிப்பீடு எப்பொழுதும் குறைவாகவே இருக்கிறது.

நாம் எவ்வளவு திறமையானவர் என்று நம்பிக்கொண்டிருக்கிறோமோ அதைவிட அதிகமான திறமைகொண்டவராகத்தான் நாம் பெரும்பாலும் இருக்கிறோம்...

என்று ஒரு கருத்தியல் பதிவு இருக்கிறது. இந்தக் கருத்தின்மீது நமக்கு நம்பிக்கை இல்லாததன் காரணத்தினால்தான் துணிச்சலோடு முடிவுகளை எடுக்காமல் பல நேரங்களில் பின்வாங்கிவிடுகிறோம்.

எனக்குக் கிடைத்த இந்த ஊடக வாய்ப்பில் நான் நிறைய வெற்றியாளர்களைச் சந்தித்திருக்கிறேன். அவர்கள் தான் சாதித்த துறைகளில் ஆரம்பத்திலிருந்தே வல்லுநர்களாக இருந்தார்களா என்றால் அது கேள்விக்குறிதான்.

அவர்கள் வெற்றிபெற்ற துறையில் ஆரம்பம் முதலே அவர்களுக்கு அவ்வளவு தெளிவு இருந்திருக்கவில்லை. அதனுடைய நெளிவு சுளிவுகளை அவர்கள் முழுதாகப் புரிந்திருக்கவில்லை. இதில் என்னவெல்லாம் செய்ய முடியும் என்பதுபற்றிய கற்பனைகள்கூட அவர்களுக்குள் இல்லை. இந்த இல்லை... இல்லை என்ற விஷயங்களையெல்லாம் தாண்டி அவர்களிடம் இருந்த ஒரே நல்ல விஷயம், இதை என்னால் செய்துவிட முடியும் என்ற தீர்க்கமாக நம்பிக்கை அவர்களிடம் இருந்தது மட்டும்தான்.

எனக்கு இது பிடித்திருக்கிறது. என்னால் இதைச் செய்ய முடியும் என்று நம்புகிறேன். இதை நான் செய்ய முற்படுகிறபோது

ஏற்படுகிற தடைகளையெல்லாம் என்னால் சுலபமாகக் கடந்துசெல்ல முடியும் என்று ஒருவர் எப்போது நினைக்க ஆரம்பிக்கிறாரோ, அப்போதே அவர் நம்பிக்கையோடு அடுத்த படியை நோக்கி நகர ஆரம்பித்து விடுகிறார். அவருடைய அந்த நம்பிக்கையே மற்றவர்களுக்கு மத்தியில் அவர் குறித்த நேர்மறையான நம்பிக்கையை ஏற்படுத்திவிடுகிறது.

சில சமயம் ஒரு துறையில் வெற்றி பெற வேண்டும் என்பதற்காக அந்தத் துறை சார்ந்த நபர்களிடமிருந்து தகவல்களைப் பெறுவதற்காக அவர்களைத் தேடித்தேடிச் சந்தித்துப் பேசுகையில் அவர்கள் நம்மைக் குழப்பிவிட்டு விடுகிறார்கள்

ரிச்சர்ட் எம். டேவோஸ் ஒரு நல்ல செய்தியை நமக்கெல்லாம் சொல்லுகிறார். ஒரு மனிதனுக்கும், அவன் வாழ்க்கையில் என்னவாக மாற எண்ணுகிறான் என்பதற்கும் இடையில் இருக்கிற - அவன் கடக்க வேண்டியவை இரண்டே இரண்டு சின்னக் காரணிகள்தான்.

ஒன்று! அதை முயற்சித்துப் பார்ப்பது.

இரண்டாவது! அதை நிச்சயமாகச் செய்து முடித்துவிட முடியும் என்று தீர்க்கமாக நம்புவது.

வாழ்க்கை என்பது இவ்வளவுதான். நீங்கள் தீர்க்கமாக ஒன்றை நம்புகிறபொழுது, அதை அடைவதற்கான வழியை அந்த நம்பிக்கையே உங்களுக்குக் காட்டும்.

ஒரு ஓவருக்குள் 24 ரன்கள் எடுத்தாக வேண்டும். கடைசி விக்கெட்டாக நான் நின்றுகொண்டிருக்கிறேன் என்ற நிலை வருகிறபோதுகூட தோனியிடம் இருக்கிற அந்த அசாத்திய நம்பிக்கையை நான் பார்த்திருக்கிறேன். நீங்களும்கூடப் பார்த்திருப்பீர்கள். 50,000க்கும் மேற்பட்ட பார்வையாளர்கள் நம்பிக்கை இழந்து, அமைதியாக உட்கார்ந்திருக்கும் தருணத்தில்கூட முகத்தில் எந்தவிதச் சலனமுமின்றி, முதல் பந்தையே சிக்ஸருக்குத் தூக்கியடிக்கக்கூடிய தோனியிடம் இருக்கும் ஒரே ஆயுதத்தின் பெயர் 'நம்பிக்கை'. எஞ்சியிருப்பது இன்னமும் மூன்று பந்துகள்தான். 9 ரன்கள் வேண்டும் என்கிற நெருக்கடியான நிலையிலும், ஒரு ரன் ஓடுவதற்கான

வாய்ப்புக் கிடைத்தும் ஓடாமல், அடுத்த 2 பந்துகளில் வெற்றியைத் தொடமுடியும் என்று நம்புவதை எந்த வகையில் சேர்ப்பது? ஆனால், அந்த நம்பிக்கைதான் அடுத்தடுத்த பந்துகளில் சிக்ஸரும், ஃபோரும் அடிக்க அவரைத் தூண்டுகிறது.

இதை என்னால் செய்ய முடியும். நான்தான் இதைச் செய்தாக வேண்டும் என்று நமக்கு நாமே நம்பிக்கையோடு சொல்லிக்கொள்ள முடியும் என்றால் கடைசிப் பந்தில் சாவகாசமாக சிக்ஸர் அடிக்கவும் நம்மால் முடியும்.

ஒரு விஷயத்தைச் செய்துவிட முடியும் என்று நாம் தீர்க்கமாக நம்பும்பட்சத்தில் யாருடைய வார்த்தைகளும், யாருடைய கருத்துக்களும் நம்மை அதிலிருந்து பின்வாங்க வைக்காது.

நாமே சந்தேகத்தோடுதான் ஒரு விஷயத்தை நம்புகிறோமென்றால், யார் வேண்டு மானாலும் நம்முடைய நம்பிக்கையைச் சரித்துவிடலாம். உத்வேகத்துடன்கூடிய ஒரு தன்முனைப்பு உரையைக் கேட்கிறபொழுது,

'ஆஹா! அவர் சொன்னதைப் போல நம்மால் சாதிக்க முடியும்' என்று ஒரு கட்டத்தில் நீங்கள் நம்புகிறீர்கள்.

அடுத்த நிமிடமே ஏதோ ஒரு நண்பன்,

"இதெல்லாம் நிஜத்தில் நடக்கவே நடக்காது! நீ செய்துகொண்டிருப்பது செயல்படுத்தக்கூடிய விஷயமே அல்ல. உன் கற்பனையைத் தூரக் கொண்டுபோய் வை" என்று உங்களிடம் நான்கு வார்த்தை பேசியவுடனேயே உங்களுடைய நம்பிக்கை காற்றில் பறந்துவிடுகிறது.

மறுநாள் வீட்டில் அப்பாவோ, அண்ணனோ. "கவலைப்படாதே! இதை நீ செய்து முடித்துவிடுவாய். உன் பக்கத்தில் நாங்களிருக்கிறோம்" என்று தட்டிக் கொடுத்தால் மறுபடியும் உங்கள் மனதில் நம்பிக்கை துளிர்விடுகிறது.

நம்பிக்கை என்பது உங்களுடையது. அது எந்தவொரு சூழலிலும் அடுத்தவரின் கட்டுப்பாட்டிற்குள் போகவே கூடாது.

நாம் தீர்க்கமாக நம்பாத காரணத்தால்தான், நம்மிடம் சுய தன்முனைவு இல்லாத காரணத்தால்தான் ஒரு ஊக்கப் பேச்சைக் கேட்கும்போது நம் மனதில் அதைப்பற்றி ஓஹோ

என்ற எண்ணம் தோன்றுகிறது. அதேபோல் எவரேனும் ஒருவர் சற்று எதிராகப் பேசினாலும் மனது சரிந்துவிடும் அவலமும் நிகழ்கிறது.

அது எப்படி? நீங்கள் தீவிரமாக நேசிக்கிற, சுவாசிக்கிற ஒரு விஷயத்தைப் பற்றி அடுத்தவர் எதிர்மறையான கருத்தைச் சொல்லி உங்களை நம்பிக்கை இழக்க வைக்க முடியும். அப்படி ஒருவர் சொல்வதைக் கேட்டு நீங்கள் நம்பிக்கை இழப்பீர்கள் என்றால்... அதுகுறித்து உங்களுக்குத் தீராத, தீவிரமான நம்பிக்கை இல்லை என்றுதான் அர்த்தம்.

ஒன்றைச் செய்வதற்குத் தேவைப்படக்கூடிய தகவல்களைத் திரட்டுங்கள், நிதியைத் திரட்டுங்கள், மனிதர்களைத் திரட்டுங்கள், எல்லாவற்றையும் செய்யுங்கள். அதில் ஒரு தவறும் இல்லை. அது அவசியமானதும்கூட. ஆனால் அதைவிட இங்கே மிக மிக முக்கியமானது 'இதை என்னால் செய்து முடிக்க முடியும். இதற்கென்றே பிறந்தவன் நான்!' என்று தீர்மானமாக நீங்கள் நம்புவதுதான்.

உங்களிடம் தகவல்கள் குறைவாக இருக்கலாம், பணம் குறைவாக இருக்கலாம், உள்ள சூழ்நிலைகள் உங்களுக்கு அவ்வளவாகச் சாதகமாக இல்லாமல்கூட இருக்கலாம். ஆனால் கட்டாயம் உங்களிடம் இருக்க வேண்டிய ஒன்று 'நம்பிக்கை'.

மறுபடியும் ஒரு நினைவூட்டல்!

உங்கள் திறமை குறித்து நீங்கள் என்ன மதிப்பீடு வைத்திருக்கிறீர்களோ அதைவிட நீங்கள் திறமையானவராகத்தான் பெரும்பாலும் இருக்கிறீர்கள். இந்தக் கருத்தியலை மனதிற்குள் வைத்துக்கொள்ளுங்கள்.

நம்பிக்கையோடு எந்த ஒரு விஷயத்தையும் அணுகுங்கள். அது கல்லூரித் தேர்வாக இருந்தாலும் சரி, புதிதாகக் களம்காணும் தொழிலாக இருந்தாலும் சரி அல்லது உங்கள் கனவை அடைவதற்கான ஒரு வழியாக இருந்தாலும் சரி!

ஒத்திப்போட்டுப்
பழக்கப்பட்டவர்களிடம்
இயல்பிலேயே
எதையும்
சலிப்பாகப் பார்க்கிற
ஒரு மனநிலை
தொற்றிக்கொள்கிறது.
அவர்கள் எதையும்
ஆர்வத்தோடு
செய்வதில்
முனைப்புக்
காட்டுவதில்லை.

7

அன்றன்றைய பாடங்களை அன்றே படித்துமுடித்து விட வேண்டும் என்று மாணவனும், இன்றைய வேலையை இன்றே முடித்துவிடவேண்டும் என்று ஒரு அலுவலக ஊழியரும், வீட்டில் இருக்கிற வேலைகளை அன்றன்றே முடித்துவிட வேண்டும் என்று குடும்பத்தில் இருக்கிறவர்களும் அடிக்கடி முடிவெடுக்கிறார்கள், உறுதி பூணுகிறார்கள். அதைச் செயல்படுத்த வேண்டுமென்று விழைகிறார்கள்.

ஆனால் பெரும்பாலும் அவர்கள் நினைப்பது நடப்பதில்லை. பரிட்சைக்குப் பத்து நாள் இருக்க, மூச்சைப் பிடித்துக்கொண்டு இரவு பகலாகப் படிக்கிற மாணவர்கள், நாளை காலைக்குள் இந்த வேலை நடந்தாக வேண்டும்,

இல்லையென்றால் நடக்கிறதே வேற என்று அதிகாரி ஏறக்குறைய மிரட்டியபிறகு, இரவு முழுவதும் கண்விழித்து ஒரு மாதமாய்ப் பார்க்கவேண்டிய வேலையை லொங்கு லொங்கு என்று பார்க்கிறவர்கள், வீடே குப்பை மேடாகிப் போனபிறகு வேறு வழியில்லாமல் எல்லாவற்றையும் சரிசெய்ய முயற்சிக்கிற கடைசி நாள் மனிதர்கள், இப்படியாகத்தான் நாம் பெரும்பாலும் இருக்கிறோம். ஏறக்குறைய இது நம்முடைய குணமாகவே மாறிவிட்டது.

திட்டமிட்டபடி அன்றன்றைய வேலையை அன்றன்றே பார்க்கமுடியாமல் போனாலும், கடைசிக்கட்டத்தில் எங்களால் அந்த வேலைகளையெல்லாம் முடித்துவிட முடியும். அதனால் அது ஒரு பிரச்சனையில்லை என்று உங்களுக்குத் தோன்றலாம். கடைசி நிமிடத்தில் கூட என்னால் அதைச் செய்துவிட முடியும் என்கிற காரணத்திற்காக, அதைக் கடைசிவரை ஒத்தித்தான் போடவேண்டுமா என்ன? இது ஒரு மனிதனுடைய செயல்பாட்டுக் கூறுகளையே சிதைத்துப்போடுகிறது என்பது ஏன் நமக்குத் தெரிவதில்லை.

ஒரு பெரிய சவாலாக எடுத்துக்கொண்டு, கடைசி நேரத்திலே கூட நம்மால் ஒரு வேலையைச் செய்துவிட முடியும். ஆனால் அதைத் திருப்தியாகச் செய்துவிட முடியுமா? எந்த அளவுக்கு அதைச் சிறப்பாகச் செய்யமுடியுமோ, அந்தளவுக்கு சிறப்பாகச் செய்துவிட முடியுமா?

அதிகாரி சொன்னபடி அடுத்த நாள் காலைக்குள் நாம் அந்த வேலையை முடித்திருக்கலாம். ஆனால் அந்த வேலை நாம் எவ்வளவு திறமைசாலி என்பதை நிரூபிக்கக் கூடியவகையில் நேர்த்தியாகச் செய்து முடிக்கப்பட்டு இருக்குமா என்றால், நிச்சயமாக இருக்காது.

ஆனால் இந்த ஒத்திப்போடுதலில் ஒரு சுகம் இருக்கத்தான் செய்கிறது. அலறுகிற அலாரம் கடிகாரத்தின் தலையில் அடித்து, அடித்து அடுத்த அரை மணி நேரம் தூங்குவதில் எப்படி ஒரு சுகம் இருக்கிறதோ, ஒத்திபோடுவதும் அப்படிப்பட்டதான ஒரு சுகத்தைத் தரும் ஒரு விஷயம்தான். ஆனால் அந்த சுகத்தை எப்பொழுதாவது அனுபவிக்கிறபோது இருக்கிற நிலைமை வேறு. ஆனால் அதுவே பழக்கமாகிப் போகிறபோதுதான் பிரச்சனைகள் ஏற்படுகின்றன. வேறுவழியில்லாமலோ, அவசியம் கருதியோ, தேவை கருதியோ ஒரு விஷயத்தை ஒத்திவைத்தலைத் தவிர்க்கமுடியாதுதான். ஆனால்,

நம்முடைய சோம்பேறித்தனத்தாலும், அதெல்லாம் பிறகு பார்த்துக்கலாம் என்ற அலட்சியத்தாலும் நாம் ஒத்திவைக்கிற காரியம் நம் கைவிட்டுப் போய்விடுவதை நம்முடைய அனுபவத்திலேயே நாம் பல முறை உணர்ந்திருக்கிறோமா இல்லையா?

சின்னச் சின்ன விஷயங்களைக் கூட ஒத்திப்போடாமல், அவ்வப்போதே செய்யக்கூடிய சிலபேரை எனக்குத் தெரியும். அது என்ன பெரிய சாதனையா என்பதுபோலத் தோன்றலாம். ஆனால் அப்படிப்பட்ட ஒரு குணத்தை அவர்கள் கொண்டிருப்பது அவர்களுடைய வாழ்வின் எல்லாத் தளங்களிலும் அவர்களுக்குப் பெருமளவில் உதவுகிறது என்பதுதான் உண்மை.

மாறாக, ஒத்திப்போடடுப் பழக்கப்பட்டவர்களுக்கு இயல்பிலேயே எதையும் சலிப்பாகப் பார்க்கிற ஒரு மனநிலை தொற்றிக்கொள்கிறது. அவர்கள் எதையும் ஆர்வத்தோடு செய்வதில் முனைப்புக் காட்டுவதில்லை.

மார்க்கெட்டிங் துறையில் பணி செய்யக்கூடிய ஒரு நண்பர் எனக்கு இருக்கிறார். அவர் வெளியூருக்குப் பணி நிமித்தமாகப்போய்விட்டு, ஐந்தாறு நாட்கள் கழித்து இரவு எத்தனை மணிக்கு வீடு திரும்பினாலும் சரி, தன்னுடைய பெட்டியில் இருக்கக்கூடிய பொருட்களை எடுத்து சம்பந்தப்பட்ட இடத்தில் உடனேயே வைப்பார், அழுக்குத் துணிகளை எடுத்துத் துவைப்பதற்குப் போடுவார், பெட்டியை எப்பொழுதும் வைக்கக்கூடிய இடத்தில் சரியாக வைப்பார்.

அதன்பிறகுதான் படுக்கையறைக்குச் செல்லுவார். இதை நாளைக் காலையில் கூடப் பார்த்துக்கொள்ளலாமே, அது என்ன இரவோடு இரவாகச் செய்கிறீர்கள் என்று கேட்டால்,"நாளைக்கு இதைச்செய்வதால் ஒரு பாதகமும் ஏற்படப்போவதில்லை என்பது எனக்கு நன்றாகவே தெரியும். ஆனால்,

இந்தந்த வேலைகளை அவ்வப்போதே முடிப்பதில் ஒரு சுகம் இருக்கவே செய்கிறது.

இந்தப் பழக்கம் இங்கு மட்டுமல்ல, என்னுடைய தொழிலிலும், என்னுடைய மற்ற நடவடிக்கைகளிலும் கூடப் பிரதிபலிப்பதையும்

அதனால் ஏற்படக்கூடிய அனுகூலங்களையும் நான் நன்றாகவே உணர்கிறேன். அதனால் இதை நான் விரும்பியே செய்கிறேன் என்பார்.

இதெல்லாம் ஒரு பெரிய விஷயமா என்று நாம் ஒற்றை வரியில் சொல்லிவிடலாம். ஆனால் இது பெரிய விஷயம்தான். இந்தச் சின்ன விஷயத்தில் கூட... அதை அப்பொழுதே முடிக்கவேண்டும் என்ற மனநிலையோடு இருக்கிறவர்கள், பெரிய விஷயத்திற்கும் அப்படியானதொரு முக்கியத்துவத்தைக் கட்டாயம் கொடுப்பார்கள். நாம் ஒத்திபோடுகிற விஷயங்களில் ஏறக்குறைய 75 சதவிகிதத்திற்கும் மேலானவை வேறு வழி யில்லாமல் ஒத்திப்போடப்பட்டவை அல்ல. நம்முடைய சோம்பேறித்தனத்தாலும், அப்புறம் பார்த்துக்கலாம் என்ற அலட்சியத்தாலும், பத்து நிமிஷத்துல என்னால இதைச் செஞ் சிட முடியும் என்ற புரிதலற்ற நம்பிக்கையாலும்தான் பல நேரங்களில் நாம் ஒரு விஷயத்தை ஒத்திப்போடுகிறோம். இப்படி ஒத்திப்போடுவதால் பெரிய நட்டம் ஒன்றும் நமக்கு ஏற்படப் போவதில்லை என்று நமக்கு நாமே தவறாகச் சமாதானம் செய்து கொள்கிறோம். ஆனால் அதனால் ஏற்பட்ட நட்டத்தை நீங்கள் கவனித்ததில்லை என்பதுதான் உண்மை.

கவனித்துப் பாருங்கள், நீங்கள் அப்படி ஒத்திப்போட்டதால் தவறவிட்ட வாய்ப்புகள் நிறைய இருக்கும். அதில் தவறவிட்ட பேருந்துகள் உண்டு, தவறவிட்ட விமானங்கள் உண்டு, ரயில் உண்டு, நட்பு உண்டு, உறவு உண்டு, இப்படி நிறைய உண்டுகள் உண்டுதான். ஆனாலும் இந்த ஒத்திப்போடலை நியாயப்படுத்தவும், அதில் ஒரு குற்றமுமில்லை என்று நம் மனசுக்குப் பொய்யாகப் புரிய வைக்கவும், "அதனால் நான் ஒன்றும் பெரிதாக இழந்துவிடவில்லை" என்று சுலபமாக ஒரு சமாதானத்தைச் சொல்லிவிட்டு அதைக் கடந்துபோகவும் செய்கிறோம்.

இன்னொரு பக்கம், என்னால் ஒத்திப்போடுவதைத் தவிர்க்கவே முடியவில்லை. எனக்கு அது தவறென்று நன்றாகவே தெரிகிறது சொல்கிறவர்களும் இருக்கத்தான் செய்கிறார்கள். இப்படி எண்ணுகிறவர்களுக்கு ஒரு சின்னப் பயிற்சியைச் சொல்லலாம் என்று நினைக்கிறேன். சின்னச் சின்ன விஷயங்களைக்கூட ஒத்திப்போடாமலிருக்க முதலில் பழகுங்கள். அந்த விஷயங்களை ஆர்வத்தோடு அவ்வப்போதே செய்யுங்கள். அந்த விஷயத்தால் உடனடியாக எனக்கு என்ன பலன் கிடைக்கும் என்றெல்லாம் பார்க்காதீர்கள். பலன் எதுவும் கிடைக்காவிட்டாலும் அதைப்பற்றிக் கவலைப்படாதீர்கள்.

அப்படிச் சிறு சிறு விஷயங்களைக் கூட ஒத்திப்போடாமல் நாம் செய்கிறபோது, அதுவே நமக்கான குணங்களில் ஒன்றாகவே மாறிப்போய்விடும். ஒரு மாறாத வழக்கமாக அது நம் வாழ்க்கைக்குள் வந்து உட்கார்ந்துகொள்ளும். அது பெரிய விஷயங்களிலும் பிரதிபலிக்கும். அதனால் திருத்தமும், தெளிவும் நம்முடைய ஒவ்வொரு நடவடிக்கையிலும் இருக்கக்கூடிய நிலை உருவாகும்.

இதையெல்லாம் சொல்கிற நானும் நிறைய விஷயங்களை ஒத்திப்போடுகிறவன்தான். எனக்கும் சேர்த்தேதான் இதைச் சொல்லுகிறேன்.

ஒத்திப்போடுவது பல்வேறு விதமான பக்கவிளைவுகளை ஏற்படுத்துகிறது. சில நேரங்களில் நம்முடைய நன்மதிப்பையும் கூட அது கெடுத்துவிடுகிறது.

நாளை காலை என்னைப் பத்து மணிக்கு வந்து பாருங்கள் என்று சொல்கிற ஒருவரிடம், கட்டாயம் வருகிறேன் என்று சொல்லிவிட்டு ஏதோ ஒரு வேலை நிமித்தமாகவோ அல்லது சோம்பேறித்தனத்தாலோ அன்று போகாமல், பிறகு அவரை வேறொரு நாள் சந்திக்கிறபோது, ஓ! நீங்கள் நேற்றா வரச் சொன்னீர்கள், நான் இன்று என்றல்லவா நினைத்தேன் என்று ஒரு சமாதானம் சொல்கிறபோது, அவர் ஏற்றுக்கொண்டது போல நமக்குத் தெரியலாம்.

உண்மையில் அவர் நம்மை வேறுவிதமாக, அல்லது தவறாகத் தான் புரிந்துகொள்ளுவார். நமக்கு அவரைச் சந்தித்ததால் நடக்க வேண்டிய வேலை நடக்கும். ஆனால் அவர் நம் மீது வைத்திருந்த அபிப்பிராயமும், மரியாதையும் ஒரு படி இறங்கியிருக்கும். இரண்டாவது முறை அவரிடம் நாம் வேறொரு காரியமாகச் செல்கிறபோது இதே அணுகுமுறையை அவரிடமிருந்து எதிர்பார்க்க முடியாது.

ஒரு விஷயத்தை இவரிடம் சொன்னா, நிச்சயம் இதை இவர் செஞ்சி குடுத்திடுவாரு என்று பெயரெடுத்தவர்கள்தான் எப்போதும் உயர்ந்துகொண்டே இருப்பார்கள்.

அது சின்ன விஷயமாக இருந்தாலும் சரி, பெரிய விஷயமாக இருந்தாலும் சரி. இதிலிருக்கிற பேராபத்து என்னவென்றால், ஒத்திப்போடுவதால் ஏற்படுகின்ற இழப்புகளைக் கூட ஏற்றுக்கொள்ள பழகிக்கொள்ளும் ஆட்களாக சில நேரங்களில் நாம் மாறிப்போய்விடுவதுதான்.

அப்படி மாறுகிற பட்சத்தில், தொடர்ந்து இந்த ஒத்திப்போடலை நியாயப்படுத்துவதற்கு நம்முடைய மனசு தயாராகிவிடும். இதனால் நம்முடைய செயல்பாடு பாதிக்கப்படும், வளர்ச்சியில் மிகவும் பின்தங்குகிற நிலைக்கு வந்துவிடுவோம். என்னுடைய நிகழ்ச்சிக்கு வந்திருந்த ஒரு தொழிலதிபரின் மனைவி, தன் கணவருடைய மிகப்பெரிய வெற்றிக்கும், பெரிய புகழுக்கும் அவர் வேலைகளை ஒத்திப்போடாமல், அன்றன்றே முடிக்கக்கூடிய மனிதராக இருப்பதுதான் காரணம் என்று சொன்னார்.

தங்களுடைய வியாபாரம் முடிந்து, அன்றிரவு கணக்குப் பார்க்கிறபோது, பத்து பைசா கணக்கில் இடறல் வந்தாலும், அதைக் கண்டுபிடித்துச் சரிசெய்துவிட்டு, அது எதனால் ஏற்பட்டது என்பதைத் தெளிவுபடுத்திக்கொண்ட பிறகே அவர் உறங்கச் செல்லுவார் என்று அவர் சொன்னார்.

கோடிக்கணக்கான ரூபாய் சம்பாதிக்கக்கூடிய ஒரு மனிதன், பத்து பைசாவுக்குக் கணக்குப் பார்க்கிறானா என்ற கோணத்தில் இதை நாம் பார்க்கமுடியாது. அந்தப் பத்து பைசா பஞ்சாயத்தை மறுநாள் காலை கூடப் பார்த்துக்கொள்ளலாம். பத்து பைசாவோ, நூறு பைசாவோ "கணக்கு சரியாக இருக்கவேண்டும். அதை இப்பொழுதே சரிசெய்ய வேண்டும்", என்று நினைக்கிற, ஒத்திப்போடக் கூடாது என்று உள்மனதில் உறுதியாக இருக்கிற அவர், பெரிய விஷயத்திலும் நிச்சயம் உறுதியாக இருப்பார் என்பதைத்தான் பார்க்க வேண்டும்.

அந்தக் குணம் அவரை மிகப்பெரிய தொழிலதிபராகத் தொடர்ந்து உச்சாணிக் கொம்பில் உட்கார வைத்திருக்கிறது.

தவிர்க்கவே முடியவில்லையென்றால் ஒத்திப்போடுங்கள். அதில் தவறில்லை. வேறு வழியே இல்லையென்றால் பரவாயில்லை, தவறில்லை, ஒத்திப்போடுங்கள். ஆனால் காரணமே இல்லாமல் சோம்பேறித்தனத்தாலும், உங்களுக்குள் படிந்திருக்கிற அளவுக்கதிகமான நம்பிக்கையாலும் ஒரு விஷயத்தை ஒத்திப்போடாதீர்கள்.

உங்களுக்கான கதவு திறக்கப்போகிற நேரத்தில் நீங்கள் திரும்பிக்கொள்வதை விட முட்டாள்தனம் வேறு ஒன்றும் இருக்க முடியாது.

கோபிநாத்

நாம் பெரும்பாலும் வாழ்க்கையைப் புரிந்து கொள்வதில்லை. நாம் புரிந்துகொண்ட ஒன்றுக்கு வாழ்க்கை என்று பெயர் வைத்திருக்கிறோம். அவ்வளவுதான்....

அந்தக் காலத்தில் நாங்கள் எல்லாம் எந்த வசதி வாய்ப்புகளும் இல்லாமல் இருந்தோம் என்று பெரியவர்கள் பலர் அடிக்கடி சொல்வதை நாம் கேட்டுக் கொண்டுதான் இருக்கிறோம். அப்போது அந்த நிலை அவர்களுக்கு மிகப்பெரிய சவாலைக் கொடுப்பதாக இருந்தது என்று அவர்கள் சொல் வார்கள்.

அது அந்தக் காலத்திற்கான பெரிய சவாலான நிலை என்றால், நிறைய வாய்ப்பும், வசதிகளும், நிறைய விஷயங்களைத் தெரிந்து கொள்வதற்கான சாத்தியக்கூறுகளும் இருப்பதுதான் இன்றைய குழந்தைகளுக்கு மிகப்பெரிய சவாலாகவும், ஒரு கட்டத்தில் பிரச்சனையாகவும் இருக்கிறது. வாய்ப்பு வசதிகள் குறைவாக இருந்த காலகட்டத்தில் இருந்த பிள்ளைகள் நம்மைவிட மகிழ்ச்சியாக இருந்திருக்கிறார்கள் என்றுதான் தோன்றுகிறது.

8

குறைந்தபட்சம் எதிர்காலத்தில் தங்களுடைய பிள்ளைகளிடமும், அடுத்தவர்களிடமும் சொல்லிச் சிரிப்பதற்கென்று வாழ்வில் பல அழகான சம்பவங்கள் அவர்களுக்கு இருந்திருக்கின்றன. இன்றைக்கு, நம்முடைய பிள்ளைகளுக்கு அப்படியான சம்பவங்கள் வாய்த்திருக்கிறதா என்று தெரியவில்லை.

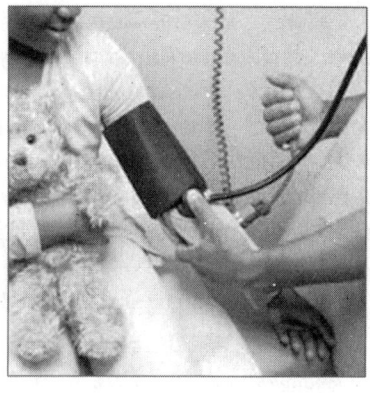

ஏழெட்டுப் பிள்ளைகள் பெற்றுவிட்டு, அதில் ஏதோ ஒன்று ஒரு சாதனையாளராக உருவாவதைப் பார்த்து சந்தோஷப்பட்ட அப்பா அம்மாக்கள் வாழ்ந்த இந்த சமூகத்துக்குள்,

ஒரே ஒரு பிள்ளையைப் பெற்றுவிட்டு, அது ஏழெட்டுப் பிள்ளைகளின் சாதனைகளை ஒருங்கே செய்யவேண்டும் என்று எதிர்பார்க்கக்கூடிய இடத்திற்கு வந்து சேர்ந்திருக்கிறோம்.

அந்தஸ்து, கௌரவம், என் பிள்ளை அறிவாளி என்று பெருமை பீற்றிக்கொள்ளல் இப்படியாகப் பல்வேறு காரணங்கள் இதற்கு உண்டு.

இந்தக் காலத்துப் பிள்ளைகளுக்குக்கேட்டது கிடைக்கிறது. நிறைய விஷயங்களைத் தெரிந்து கொள்ள அவர்களால் முடிகிறது. நினைத்த விஷயத்தைச் சாதித்துக்கொள்ள முடிகிறது என்பது போன்ற பல்வேறு சிறப்பு வாய்ப்புகள் இருந்தாலும், அவர்கள் வாழ்க்கை முழுக்க முழுக்கத் தகவல்களால் நிறைந்து கிடக்கிறது. அவர்களின் உலகத்தில் சுவாரஸ்யங்களும், ஆச்சரியங்களும் மிகவும் குறைவுதான்.

வாய்ப்புகளும், அந்த வாய்ப்புகளின் மூலமாக வெற்றியடைவதற்கான சாத்தியக்கூறுகளும், பொருளாதார வசதிகளும் அதிகமாக இருக்கும் இந்தக் காலகட்டத்தில் பிள்ளைகள் அதைச் சரியாகப் பயன்படுத்திக் கொள்ளவேண்டும், அதற்கான வாய்ப்பை நாம் அவர்களுக்கு உருவாக்கிக்கொடுக்க வேண்டும் என்று பெற்றோர்கள் முனைவதில் எந்தத் தவறும் இல்லை.

தனக்குக் கிடைக்காதது எல்லாமும் தமது பிள்ளைகளுக்குக் கிடைக்கவேண்டும் என்ற ஒரு வேட்கையிலும், ஆர்வத்திலும் பெற்றோர்கள் செய்யும் இந்த முயற்சி பெரிதும் பாராட்டுக்கு உரியது. ஆனால் இது நம்முடைய குழந்தைகளைச் சந்தோஷப்படுத்துகிறதா, அவர்களை மனதளவில் திடமான வர்களாக மாற்றுகிறதா, அவர்களுக்கென்று வாழ்க்கை மீது ஒரு பிடிப்பை ஏற்படுத்துகிறதா என்று நிறைய நிறையக் கேள்விகளுக்குப் பதில் சொல்லாமலேயே ஓடிக்கொண்டு இருக்கிறோமோ? அது சரியா?

இப்படிக் கேள்வி கேட்டுக்கொண்டு, வேதாந்தம் பேசிக்கொண்டு இந்தக் காலகட்டத்தில் இருக்க முடியாது. இது போட்டிகள் நிறைந்த ஒரு உலகம். இங்கே பிள்ளைகள் ஜெயித்து வரவேண்டும் என்றால் அவர்கள் பல்கலை வித்தகர்களாக இருக்கவேண்டும் என்று நாமாக ஒரு முடிவெடுத்து, அவர்களுக்குப் பிடிக் கிறதோ பிடிக்கவில்லையோ எல்லாவற்றிலும் இறக்கிப் பார்க்கிறோம்.

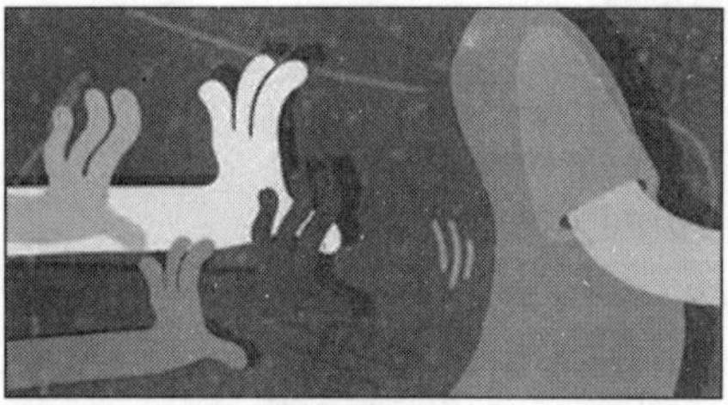

ஒரு பக்கம் பரதநாட்டிய வகுப்பு, இன்னொரு பக்கம் பியானோ கற்றுக்கொள்வதற்கான டியூஷன், இன்னொரு பக்கம் சிறப்பு கணக்கு வகுப்பு, கையெழுத்து சரியாக வருவதற்கான ஒரு பயிற்சிப் பட்டறை, ஓவியத்தில் கைதேர்ந்தவராக வளர்த்து விடுவதற்கான வார இறுதி வகுப்புகள், வீரம் மிக்க பிள்ளையாக உருவெடுக்க வேண்டும் என்பதற்காகத் தற்காப்புக் கலைப் பயிற்சிகள், காசு கொழிக்கும் விளையாட்டு கிரிக்கெட் என்ற முடிவெடுத்திருக்கிற காரணத்தினால், ஏதோ ஒரு ஃபவுண்டேஷனில் அவர்களுக்கான பயிற்சி வகுப்புகள், டென்னிஸிற்கு எதிர்காலம் இருப்பதாக சொல்லப்படுகிறதே, இன்னொரு சானியா மிர்சா என் வீட்டிலிருந்து உருவாகட்டும் என்று சிறு வயதிலேயே டென்னிஸ் மட்டையைக் கொடுத்து, பயிற்சி வகுப்புகளுக்கு அனுப்புகிற முயற்சிகள்.

இதுபோகப் பள்ளியினுடைய கலாச்சார திருவிழாக்களில் கலந்துகொண்டு பரிசுகள் பெறவேண்டும் என்பதற்காக அவர்களுக்கு வழங்கப்படும் சிறப்புப் பயிற்சிகள் என, பிள்ளைகள் 24 மணி நேரமும் பிசியாக இருக்கிறார்கள்.

இப்படி இவர்களைப் பிசியாக வைத்திருக்கவும், பல்கலை வித்தகர்களாக மாற்றவும் அம்மாக்களும், அப்பாக்களும்

ஒரு நாளைக்கு 24 மணி நேரம் போதாமல் தவிக்கிறார்கள், போராடுகிறார்கள். ஏன் இவ்வளவு பயிற்சி வகுப்புகளில் உங்கள் பிள்ளையைச் சேர்த்து இருக்கிறீர்கள் என்று ஒரு கேள்வியைக் கேட்டால், அவனுக்கு அல்லது அவளுக்கு ரொம்பவும் பிடித்திருக்கிறது அதனால்தான் என்ற ஒரு பதிலைச் சொல்கிறார்கள். அவனுக்கோ, அல்லது அவளுக்கோ அது பிடித்திருக்கிறதா என்பதைவிட மிக முக்கியம் அதன் வழியாக ஏதோ ஒரு பயன் இருக்கும் என்று பெற்றோர்கள் நம்புகிற பட்சத்தில் அதைத் தன்னுடைய பிள்ளைகள் கற்றுக்கொள்ள வேண்டும் என்று அவர்கள் முடிவு செய்கிறார்கள் என்பதுதான் உண்மை.

இப்படிப் பயிற்சி வகுப்புகளுக்குள் தள்ளப்படும் பிள்ளைகள், ஒவ்வொன்றிற்கும் கொஞ்சம் கொஞ்ச நாள்கள் சென்றுவிட்டு அதிலிருந்து பின்வாங்குகிறார்கள். எனக்குப் பியானோ பிடிக்கவில்லை என்று பேசி ஒரு பிள்ளை வீட்டில் அடி வாங்குகிறது. எனக்கும், கிரிக்கெட்டிற்கும் ஒத்துவராது என்று ஒரு பிள்ளை அழுது அடம் பிடிக்கிறது. மாறாக, சேர்த்துவிட்ட 8 வகுப்புகளில் ஐந்தில் மிகப்பெரிய ஆளாக உருவெடுக்கிற ஒரு பிள்ளை படிப்பில் கோட்டை விடுகிறது.

படிப்புக்குத்தான் முதலிடம். நீ என்ன படிக்காமல் இருக்கிறாய் என்று மறுபடி அந்தப் பிள்ளையிடமே கேள்வி கேட்கிறது இந்த உலகம்.

பல்கலை வித்தகராக ஒரு பிள்ளையை உருவாக்க வேண்டும் என்ற முனைப்பில் ஒரு தவறும் இல்லை. ஆனால் அதற்கு மூச்சு விடக்கூடிய அளவிற்கான ஒரு நேரமும், சுதந்திரமும் தரப்பட வேண்டும்.

எதிர்வீட்டுப் பிள்ளை சேர்ந்திருக்கக்கூடிய பயிற்சி வகுப்பில் என் வீட்டுப் பிள்ளையையும் சேர்க்கவேண்டும் என்று சேர்த்துவிட்டு, பத்து நாளில் அந்தப் பிள்ளை அழுதுகொண்டே வந்து எனக்கு அது பிடிக்கவில்லை என்று சொல்லும்போது,

அடிக்கவோ, கோபப்படவோ நாம் முற்படுவோம் என்றால், பிடிக்காத விஷயத்தைப் பிள்ளை மீது திணிக்க முனைகிறோம் என்றுதான் அர்த்தம்.

வாழ்க்கை குறித்து பெரிய புரிதலும், வாழ்க்கையின் பிரச்சனைகள் குறித்து அளவிட முடியாத அறிவும் நமக்கு இருப்பதாக நாம் நம்புகிறோம். அப்படி எல்லாம் ஒன்றும் இல்லை.

பெரும்பாலும் நாம் வாழ்க்கையைப் புரிந்து கொள்வதில்லை. நாம் புரிந்துகொண்ட ஒன்றுக்கு வாழ்க்கை என்று பெயர் வைத்திருக்கிறோம். அவ்வளவுதான்.

ஒன்றும் புரியாத வயதில் சிறு பிள்ளைகளுக்கு எது வேண்டும், எது வேண்டாம் என்று தெரியாது. அதனால் அவர்களுக்கு வழிகாட்டியாக இருந்து, உதவவேண்டிய இடத்தில் நாம் இருக்கிறோம். ஆனால் அந்த வழிகாட்டும் இடத்தில் இருக்கிற அதிகாரம் பெற்ற நாம், சுதந்திர உணர்வோடு தான் நம்முடைய பிள்ளைகளுக்கு என்ன தேவை, என்ன தேவையில்லை என்று முடிவெடுக்கிறோமா? நாமே பல்வேறு நெருக்கடிகளுக்கு ஆளாகி, உலகத்திற்கு நிரூபிக்க வேண்டும் என்று பலவந்தத்திற்குள் சிக்கிக்கொண்டு தடுமாறிக் கொண்டிருக்கிறோம். அப்படியிருக்கையில் அது போதாதென்று ஏதோ ஒன்றில் பிள்ளையை பெரிய ஆளாக ஆக்கப் பார்த்து அவர்களையும் அதே நிலைக்கு உள்ளாக்கிக் கொண்டிருக்கிறோம்.

பத்து விஷயத்தில் சேர்த்துவிட்டாலாவது, நாலு விஷயத்தில் பெரிய ஆளாக வந்துவிடமாட்டானா என்றொரு ஏக்கத்தோடு அவர்களை இழுத்துக்கொண்டு அலைகிறோம். எல்லாத்தையும் பிள்ளைங்ககிட்ட கேட்டே செய்யமுடியுமா? சின்னப் பிள்ளைங்களுக்கு என்ன தெரியும்? என்கிறீர்களா? விபரம் தெரியாத பிள்ளைகளிடம் எல்லாவற்றையும் நீங்கள் கேட்டுத்தான் செய்யவேண்டும் என்று சொல்லவில்லை. அது யதார்த்தத்தில் சாத்தியமில்லை.

ஆனால் எது நம் பிள்ளைக்கு நன்றாக இருக்கும், எதை அவனால் நன்றாகக் கையாள முடியும் என்பது குறித்து எந்த நெருக்கடியுமில்லாமல் சிந்தித்து, அது குறித்த விஷயங்களில் அவர்கள் கவனம் செலுத்த உதவுவதுதான் பெற்றோர்கள் பிள்ளைகளுக்குச் செய்கிற மிகப்பெரிய உபகாரம்.

மாறாக, இரத்தக்கொதிப்பு வந்தவர்களைப்போல எப்பொழுதும் பிள்ளைகளை இழுத்துக்கொண்டு வகுப்புகள் வகுப்புகளாக அலைகிறவர்கள் கடைசியில் அவர்கள்

உடல்நலமும் கெட்டு, பிள்ளைகளின் மனநலமும் கெட்டு ஓய்ந்துபோய் ஓரமாக உட்கார்ந்து விடுகிறார்கள். போதாக்குறைக்கு என் வேலைகளுக்கு நடுவில் இந்தப் பிள்ளைகளுக்காக நான் எவ்வளவு உழைக்கிறேன். அதை இந்தப் பிள்ளை புரிந்துகொள்ள மறுக்கிறதே என்ற கோபம் வேறு நமக்கு வருகிறது.

இப்போதெல்லாம் ஒன்று நாம் பிள்ளைகளைக் கொஞ்சு கிறோம். இல்லையென்றால் கொட்டுகிறோம். அவர்களைத் தூர நின்று ரசித்துக் கவனிக்கக்கூடிய அப்பா அம்மாக்களாக நிறையப்பேர் இப்போது இல்லை. அப்படி நாம் கவனிக்கிற பட்சத்தில்தான் அந்தப் பிள்ளைகளுக்கு எது வேண்டும், எது வேண்டாம் என்று நம்மால் ஓரளவு தெளிவாக முடிவெடுக்க முடியும். அந்த முடிவை நீங்கள் எடுத்தபிறகு, நீங்கள் அவர்களைச் சேர்க்கிற வகுப்புகளில் அந்தப் பிள்ளைகள் நீடித்து நிற்பதற்கான வாய்ப்பு உண்டு. இதையும் தாண்டி அவர்களுக்கு அது பிடிக்காமலும் போகலாம். அப்படிப் பிடிக்காமல் போவதில் தவறொன்றும் இல்லை.

பிள்ளைகளின் எதிர்காலம் சிறக்க உங்களால் ஆன முயற்சிகளை நீங்கள் செய்வதை ஒருபோதும் தடை சொல்லவில்லை. இன்றைக்குக் கிடைத்திருக்கிற இந்த வாய்ப்புகளையும், வசதிகளையும் வைத்துக்கொண்டு இந்தப் பிள்ளைகளின் மனநிலை பாதிக்கப்படாமல் அவர்களுடைய எதிர்காலம் சிறக்க என்ன செய்யவேண்டுமோ, அதைச் செய்ய வேண்டியதுதான் முதிர்ச்சிபெற்ற பெற்றவர்களின் பணியாக இருக்கமுடியும். எந்த நெருக்கடிக்கும் ஆளாகாதீர்கள், எந்த சூழ்நிலைக்குள்ளும் சிக்கிக் கொள்ளாதீர்கள்.

உங்கள் பிள்ளைக்கு எது வேண்டும் என்பதை நீங்களும் புரிந்துகொண்டு, பிள்ளைகளிடமும் புரியவைத்து அதை செயல்படுத்துங்கள்.

அவர் பல்கலை வித்தகராகத் தானாக வருவார். அடித்து, துவைத்தெல்லாம் ஒரு பிள்ளையை அறிவாளியாக்க முடியாது. நீங்கள் நினைப்பது நடக்கவேண்டும் என்றால், உங்கள் பிள்ளைகளைக் கூர்ந்து கவனியுங்கள். அவர்களின் செயல்பாடுகளை உற்றுநோக்குங்கள். அதற்கு நேரம் ஒதுக்குங்கள், மாறாக, இருசக்கர வாகனத்தில் தூக்கி வைத்துக்கொண்டு எல்லா பயிற்சி வகுப்புகளுக்கும் அலைந்துகொண்டே இருக்காதீர்கள்.

கடைசிவரை
ஒருவரை
முழுமையாகப்
புரிந்துகொள்ள
முடியாது என்று
எவருக்குப்
புரிகிறதோ அவர்தான்
வாழ்க்கையை
நன்றாகப் புரிந்து
கொள்கிறார்...

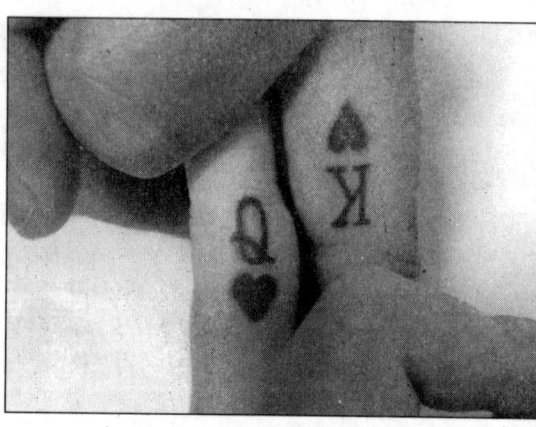

9

என் கணவர் என்னை நன்கு புரிந்து வைத்திருக்கிறார். அதைப்போல அவரை நானும் நன்கு புரிந்து வைத்திருக்கிறேன் என்று நிறையப்பேர் சொல்வதுண்டு. எனக்கும், என் பாய்ஃபிரண்டுக்கும் நல்ல அன்டர்ஸ்டேன்டிங். We know each other very well என்கிறார்கள் இளம் காதலர்கள்.

என்னை நன்கு புரிந்துகொண்ட நண்பன் இவன் என்று சிலரை நாம் அறிமுகப்படுத்துகிறோம். இப்படி நாம் சிலரை முழுவதுமாகப் புரிந்துகொள்ள முயற்சிக்கிறோம், சிலர் நம்மை முழுவதுமாகப் புரிந்துகொள்ள முயற்சிக்கிறார்கள். ஒருசிலர் முயற்சிக்கிறார்கள், ஒருசிலர் முழுவதுமாகப் புரிந்துகொண்டு விட்டதாக நம்புகிறார்கள்.

இதில் ஆச்சரியமான விஷயம் என்ன வென்றால், ஒரு மனிதனை முழுமையாகப் புரிந்துகொள்ள முடியுமா என்பதுதான். என் கணவர் என்னை முழுவதுமாகப் புரிந்து கொண்டிருக்கிறார்

என்று சொன்ன மனைவி, சில வருடங்களுக்குப் பிறகு அவரைப் புரிந்துகொள்ளவே முடிய வில்லை என்ற ஒரு வசனத்தைச் சொல்கிறாரே ஏன்? கணவரும் கூட அப்படித்தான். அவளைப் புரிந்துகொள்ளவே முடியவில்லை என்று அங்கலாய்க்கிறார்.

திருமணமான புதிதிலேயே ஒருவரை முழுமையாகப் புரிந்துகொண்ட ஒரு மனைவிக்கு, எப்படி 20 ஆண்டுகாலம் அவரோடு வாழ்ந்த பிறகு அவரைப் புரியாமல் போய்விடுகிறது. ஆனாலும் சொல்கிறோம் நான் ஒருவரை முழுமையாகப் புரிந்து வைத்திருக்கிறேன் என்று.

திருமண உறவில், காதலில், நட்பில், அலுவலகத் தோழமைகளில் இப்படி எல்லாவற்றிலும் நாம் சிலபேரைப் பற்றி முழுமையாகப் புரிந்துகொண்டுவிட்டதாக நினைக்கிறோம். அதேபோல் சிலர் நம்மைப்பற்றி முழுமையாகப் புரிந்துகொண்டுவிட்டதாக நினைக்கிறார்கள். இந்தப் புரிதலைப் பற்றி நாம் பேசுகிறபோது, ஒரு விஷயத்தை நிச்சயமாக நாம் புரிந்துகொள்ள வேண்டும்.

ஒரு மனிதரை நாம் முழுமையாகப் புரிந்துகொண்டோமென்றால், அவரோடு நம்மால் தொடர்ந்து பழக முடியாது.

இரண்டாவது, இவ்வளவு தூரம் ஒரு மனிதரைப் புரிந்துகொண்ட பிறகும் நமக்குள் ஏன் இவ்வளவு பிணக்குகள்? இவ்வளவு பிரச்சனைகள்? இவ்வளவு பேச்சுவார்த்தைகள்? இவ்வளவு சண்டைகள்? இவ்வளவு சங்கடங்கள்? நாம் உண்மையாகவே ஒருவரை முழுமையாகப் புரிந்து வைத்திருக்கும் பட்சத்தில், நமக்குள் தென்றலைப்போல, நீரோடையைப்போல அழகான உறவு மட்டும்தானே இருக்கவேண்டும். ஏன் பிரச்சனைகள் வருகிறது? பிரச்சனை வருவதே, நான் முழுமையாக அவரைப் புரிந்து வைத்திருக்கிறேன் என்று ஒரு பெண் ஆண் குறித்தும், ஒரு ஆண் ஒரு பெண் குறித்தும் நம்புவதால்தான்.

10 வருட வாழ்க்கையில் இவர் எதற்குக் கோபப்படுவார், எதற்கு அச்சப்படுவார், எது அவருக்குப் பிடிக்கும், எது அவருக்குப் பிடிக்காது, என்ன மாதிரியான சூழ்நிலைகளை அவர் என்ன மாதிரி கையாளுவார் என்பது எனக்கு அத்துப்படி என்று சொல்கிற ஒரு மனைவி, எப்படித் திடீரென்று கணவனைப் புரிந்துகொள்ளமுடியவில்லை என்றுசொல்கிறார்?

உண்மை என்னவென்றால், நம்முடைய புரிதலின் அடிப்படையில் ஒருவர் குறித்து நமக்கு ஒரு கணிப்பு இருக்கும். அந்தக் கணிப்பு தவறாகப் போகிறபோது, இந்த மனிதன் நம் புரிதலுக்கு அப்பாற்பட்டு, வேறு விதமாக நடந்து கொள்கிறாரே என்று ஒரு கோபம் வரும்.

இங்கு பிரச்சனை, புரிந்துகொள்வது பற்றியது அல்ல. நான் ஏற்கனவே உன்னை எப்படிப் புரிந்து வைத்திருக்கிறேனோ, அப்படி நீ ஏன் நடந்துகொள்ளவில்லை என்பது குறித்துதான்.

ஆக பிரச்சனையே புரிந்துகொள்வதுதான். ஆனால் ஒருவரை முழுமையாகப் புரிந்துகொண்டால் பிரச்சினையே வராது என்று ரொம்பச் சுலபமாகச் சொல்லிக்கொண்டு இருக்கிறோம்.

நீங்கள் ஏற்றுக் கொள்ளுங்கள் அல்லது ஏற்றுக் கொள்ளாமல் போங்கள், ஒரு மனிதரை முழுமையாகப் புரிந்துகொள்ளவே முடியாது. புரிந்துகொள்ளத் தொடர்ந்து முயற்சித்துக் கொண்டு வேண்டுமானால் இருக்கலாம். அல்லது நான் அவரை முழுமையாகப் புரிந்துகொண்டு விட்டேன் என்று நமக்கு நாமே அறிவித்துவிட்டு, நம்முடைய புரிதலுக்கு உட்பட்டு அவர் நடக்காதபோது, அவருடன் சண்டைகள் போட்டுக் கொண்டிருக்கலாம்.

இதைவிட மிக முக்கியமான விஷயம், ஒருவரை முழுமையாகப் புரிந்துகொண்டுவிட்டால், அதற்குப்பிறகு அந்த வாழ்க்கையில் சுவாரஸ்யம் என்பதே இருக்காது.

ஒருவரையொருவர் நன்கு புரிந்துகொண்டு வாழுங்கள் என்று ஒரு புதுமணத் தம்பதிக்கு வாழ்த்துச் சொல்கிறார்கள். அப்படி அவர்கள் சொன்னார்கள் என்பதற்காக தன் துணையைப் பற்றி முழுமையாகப் புரிந்துகொண்டுவிட வேண்டும் என்று கங்கணம் கட்டிக்கொண்டு அவர்கள் திரிவது பெரிய சோதனையாக அமையும். என் கணவரைப் பற்றி அவரை விட எனக்குத்தான் அதிகம் தெரியும் என்று பெருமையாகச் சொல்கிற பல பெண்கள் உண்டு. என் மனைவி பற்றி அவளை விட எனக்குத்தான் நன்றாகத் தெரியும் அந்தளவிற்கு அவளை நான் புரிந்து வைத்திருக்கிறேன் என்று பெருமிதம் கொள்கிற கணவனும் உண்டு. இப்படி ஒரு மனைவியும், இப்படி ஒரு கணவனும் பேசுவது ஒரு வகையான அவர்களிடமுள்ள தவறானதொரு நம்பிக்கையினால்தான்.

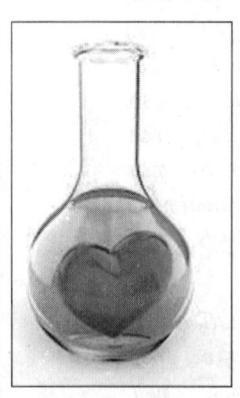

மற்றபடி, 100 சதவிகிதம் நீங்கள் அவர்களைப் புரிந்துகொண்டு விட்டீர்கள் என்று உறுதியாகச் சொல்லமுடியாது. அது

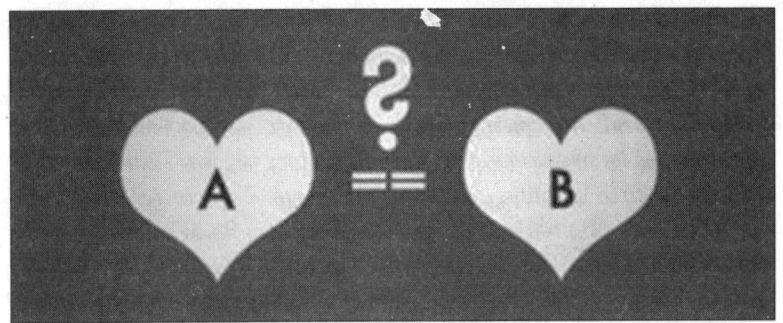

எளிதுமன்று, சாத்தியமுமன்று. இன்னும் சொல்லப்போனால் அது தேவையுமன்று.

சந்தோஷமாக இரண்டு பேரும் இருக்கவேண்டும் என்பதற் காகத்தான் ஒருவரையொருவர் புரிந்துகொள்ளுங்கள் என்று சொல்கிறார்கள். ஆனால் இந்தப் புரிந்து கொள்ளலின் அடிப்ப டையில், நாம் உருவாக்கிய கருத்தாக்கங்களுக்கு எதிராகச் சில விஷயங்கள் நடக்கிறபோது, ஒருவரைப் புரிந்துகொண்டு நடக்க வேண்டும் என்று சொல்லப்படுவதற்கான நோக்கமே சிதைந்து போகிறது.

இதென்ன எல்லாவற்றையும் நீங்கள் தலைகீழாகப் பேசுகிறீர்கள் என்று தர்க்கத்திற்கு வராதீர்கள். உண்மையிலேயே 100 சதவிகிதம் ஒரு மனிதரைப் புரிந்து கொள்ள முடியுமென்றால், 80 வயதிலே செத்துப்போன தாத்தாவைப் பற்றி, 73 வயதில் இருக்கும் பாட்டி, தன் பேத்தியிடமும், பேரனிடமும் உங்க தாத்தன புரிஞ்சிக்கவே முடியாது என்று சொல்லிச் சிரிப்பதற்கு என்ன காரணம். வெற்றிகரமான தம்பதியர்களாக அவர்கள் வலம் வந்தபோதும், நிறையப் பிள்ளைகளைப் பெற்று பேரன் பேத்திகளைப் பார்த்த பிறகும் கூட, தன்னுடைய கணவரை முழுமையாகப் புரிந்துகொள்ள முடியவில்லை என்று பாட்டிக்கு 73 வயதில்தானே புரிகிறது.

இளம் பிராயத்தில் இருக்கிறவர்கள் எல்லோருக்கும் என்னுடைய வேண்டுகோள் இதுதான். ஒரு மனிதரை முழுமையாகப் புரிந்துகொள்ள முயற்சிக்காதீர்கள். அதற்கு முடியவும் முடியாது. நீங்கள் முழுமையாக ஒருவரைப் புரிந்துகொண்டு விட்டால், அவரோடு தொடர்ந்து உங்களால் இயங்க முடியாது.

சில விஷயத்தை நம்மால் புரிந்துகொள்ள முடியவில்லை என்றால், பல்லைக் கடித்துக்கொண்டு அதற்காகப் போராட வேண்டிய அவசியமெல்லாம் இல்லை.

கோபிநாத்

சில நேரங்களில் அவர் அப்படித்தான் நடந்துகொள்வார். அது என்னவென்றே புரியவில்லை என்றே சாதாரணமாக அதைக் கடந்துபோக முயற்சி செய்யுங்கள். மாறாக, ஏன் இப்படி நடந்துகொண்டார். அன்று இவர் அப்படி நடந்துகொள்ளவில்லை. ஆனால், அதே விஷயத்திற்கு இன்று இப்படி நடந்துகொள்கிறாரே என்றெல்லாம் கம்ப்யூட்டரை வைத்துக்கொண்டு கணக்குப் போடுவதைப்போல வாழ்க்கை குறித்து, புரிதல் குறித்து நாம் கணக்குப் போடுவோமென்றால், காலம் முழுவதும் இந்தப் புரிதல் குறித்த போராட்டங்களிலேயேதான் நம்முடைய காலமெல்லாம் வெட்டியாகக் கழிந்து கொண்டிருக்கும்.

திருமண வாழ்க்கையில் கூடப் பரவாயில்லை. காதல் வாழ்க்கையில் ஒருவரையொருவர் 100 சதவிகிதம் புரிந்துகொண்ட பிறகுதான் திருமணம் செய்துகொள்ள வேண்டும் என்று நினைப்பதெல்லாம் ஓவர் கற்பனை.

புரிந்துகொள்ளுதல் என்பது எவ்வளவு முக்கியமோ, புரியாத புதிர் என்பதும் கூட அவ்வளவு முக்கியமானதுதான்.

அந்தப் புரியாத புதிர்கள்கூட வாழ்க்கையில் இல்லாமல் போனால் வாழ்க்கையானது சுவாரஸ்யங்கள் ஏதுமற்றுச் செத்துப்போகும். நான் புரிந்து வைத்திருக்கும்படி இவர் நடந்துகொள்ளவில்லையே...ஒருவேளை என்னுடைய புரிதல் தவறா என்ற கேள்வியாலும், ஆற்றாமையாலும் நீங்கள் உங்கள் துணையுடன் சண்டை போட்டுக் கொண்டிருப்பதற்குப் பதிலாக, ஒருவரையொருவர் சரியாகப் புரிந்து கொள்ளாமலேயே சண்டை போட்டுக் கொண்டிருப்பது உத்தமம்.

பல காதல் உறவுகள் ஆரம்பித்த வேகத்திலேயே அறுத்துக் கொண்டு போவதற்கான காரணம் என்னால் அவரை அல்லது அவளைப் புரிந்துகொள்ள முடியவில்லை என்று நினைப்பால்தான்.

ஓரே ஒரு விஷயத்தை நாம் புரிந்துகொண்டால் போதும். ஒரு மனிதரை நம்மால் புரிந்துகொள்ளவே முடியாது என்பது தான் நமக்கு இருக்கவேண்டிய அந்தப் புரிதல்.

**எந்தப் பலனும்
எதிர்பார்க்காமல்
அன்பைக்
கொட்டுவதால்
கிடைக்கும்
பரவசம்
ஒரு மாபெரும்
அனுபவம்...**

நான் இப்போது உங்களுக்குச் சொல்லப்போகிற விஷயம் ரொம்ப வேடிக்கையானதாக உங்களுக்குத் தோன்றலாம். என்னிடம் இதை ஒருவர் சொன்னபோது, எனக்கும் அது வேடிக்கையான ஒரு விஷயமாகத்தான் பட்டது. அவர் ஒரு சித்தர் மாதிரியான கேரக்டர். என்னென்னவோ பேசுவார், அதில் பாதி நமக்குப் புரியாது, கொஞ்சம் புரியும். நீ அவரை சந்தித்தால் உனக்கு நல்ல விஷயங்களைத் தெரிந்துகொள்ளும் வாய்ப்பு கிடைக்கும் என்று நண்பன் நச்சரித்ததால் அவரைப்போய்ச் சந்தித்தோம்.

ஆள் பார்க்க வித்தியாசமாகத் தெரிந்தார். என்னென்னவோ பேசினார். நிறைய விஷயங்களைப் பேசினார். அதில் ஒரு விஷயம் கேட்பதற்கு வேடிக்கையானதாக இருந்தாலும், அதைச் செய்து பார்க்க வேண்டும் என்ற ஆசையைத் தூண்டுவதாக இருந்தது.

ஒருநாள் நீங்கள் எந்த உவர்ப்பும், காய்ப்புமின்றி, எந்தக் காரணமுமின்றி எதிர்ப்படுகிற, சந்திக்கிற,

10

பேசுகிற, பார்க்கிற எல்லாரையும் நேசியுங்கள். கோபமே படாதீர்கள். அவர்களைச் சந்தோஷமாகப் பாருங்கள். அவர்கள் உங்களுக்கு உறவுகள் என்று நினைத்து அவர்களைப் பேணுங்கள். அவர்களால் நமக்கு நல்லது நடக்கும் என்று நம்புங்கள். முகம் முழுக்கப் புன்னகையோடு அவர்களை அணுகுங்கள். அப்படி ஒரு நாள் முழுக்க வாழ்ந்து பாருங்கள். அதன்பேர்தான் வாழ்க்கை. அது உங்களுக்கு ரொம்பவும் பிடித்துப்போகும் என்றார்.

நட்டம் ஒன்றும் வரப்போவதில்லை, ஒரு நாள் முயற்சித்துதான் பார்ப்போமே என்று அன்றைக்கே அதைச் செயல்படுத்திப் பார்த்தேன். பார்க்கிற எல்லா மனிதர்களும் என் மனிதர்கள், எனக்கானவர்கள் என்கிற உணர்வோடு எல்லோரையும் பார்த்தேன். வாகனத்தில் பயணம் செய்கிறபோது எதிர்ப்படுகிறவர் கண்களைச் சந்தித்தால், லேசாய் ஒரு புன்னகையை உதிர்த்தேன்.

அன்று இரவு தொலைக்காட்சியிலே படம் பார்த்துக் கொண்டிருந்தபோது, அதில் வருகிற நடிகர்கள், மற்றவர்கள் எல்லோரையும் என் உறவுக்காரர்கள் என்பதைப்போலவே பார்த்தேன்.

வழக்கமாக நான் கடந்துபோகும் எல்லோரையும் கண்களால் சந்தித்தேன். சிறிதாய் ஒரு புன்னகை பூத்தேன். உண்மையிலேயே அந்த நாள் மிகவும் உற்சாகமானதாகவும், சந்தோஷமானதாகவும் தான் இருந்தது. நமக்கென்று நிறையப்பேர் இருக்கிறார்கள், நாம் தனிநபர் அல்ல, நமக்கான உலகம் மிகப்பெரியது என்பது போன்ற பல்வேறுவிதமான கலவையான உணர்வுகள் அந்த நேரத்தில் என் மனதுக்குள் வந்துபோவதைப் பார்க்க முடிந்தது.

அடிப்படையில் அந்தப் பெரியவர் சொன்னது ஒரே ஒரு விஷயம்தான்.

இடுத்தவர்கள் உங்கள் மீது அன்பு செலுத்துகிறார்களா இல்லையா என்பது குறித்து காரண காரியங்களை ஆராயாமல், எல்லா மனிதர்களையும் நேசியுங்கள்.

பார்க்கிற பொருட்களை, விலங்குகளை, காட்சிகளை அனைத்தையும் நேசியுங்கள். நீங்கள் ஆரோக்கியமாகவும், உற்சாகமாகவும் உணர்வீர்கள் என்பதுதான் அவர் சொன்ன தத்துவம். இதைத் தினந்தோறும் செய்ய முடியவில்லை என்றாலும் கூட அவ்வப்போது செய்வதில் கூட பெரிய அளவிற்கு உற்சாகம் கிடைக்கிறது. மிகப்பெரிய விஷயங்களை நம்மால் முயற்சிக்க முடியவில்லை என்றாலும், இதுபோன்ற இலகுவான, எளிதான விஷயங்களை நம்மால் நடைமுறைப்படுத்த முடியும்.

இப்படியாக எந்தவிதக் காரணமுமின்றி எல்லோரையும் நேசிக்கிறபோது நமக்கிருக்கக்கூடிய சங்கடங்கள் குறைந்ததுபோலத் தோன்றுகிறது. நமக்கு ஒரு பிரச்சனையும் இல்லை என்பதுபோன்ற ஓர் உணர்வு நமக்குள் வருகிறது. நாளைய பொழுது நல்லவிதமானதாக இருக்கும் என்று ஒரு நம்பிக்கை பிறக்கிறது. அர்த்தமில்லாத பதட்டம், தேவையில்லாத கோபம், ஏதோ மனது அழுத்தமாய் இருக்கிறதைப் போன்ற நெருடலான உணர்வு என்ற இப்படியாக நீண்டகாலமாக நாம் சுமந்து திரியும் குப்பைகள் தொலைந்துபோனது போல அந்த நாளில் நம்மால் உணர முடிகிறது. ஆனால் அந்த முயற்சியில் இறங்கியபோது எனக்குள் கலவையான பல உணர்வுகள் வந்துபோயின. இப்படி நாம் இருந்தால் ஒரு சோம்பேறியான ஆளைப்போல, எதையும் எதிர்க்காத ஒரு ஆளைப்போல, ஒரு நடுவாந்திரமான மனிதனைப்போல மாறி விடுவோமோ என்றெல்லாம் தோன்றியது.

ஆனால் இப்படி உத்தரவாதங்கள் எதையும் எதிர்பார்க்காமல், எதிரில் இருப்பவர் நம்மை நேசிக்கிறாரா என்று கணக்குப் போடாமல் எல்லோரையும் அன்பொழுகப் பார்ப்பதில் ஒரு ஆனந்தம் கிடைக்கத்தான் செய்கிறது. மனதிற்குள் இருக்கும் எதிர்மறை எண்ணங்கள் குறைந்து, அந்த வெற்றிடங்கள் அன்பால் நிரம்பும்போது ஒரு பரவசமான மனநிலை கிடைப்பது அலாதியான சுகத்தைத் தருகிறது. இந்தக் கட்டுரை ஏதோவொரு யோகியின் அனுபவத்தை எனக்கு ஏற்பட்ட அனுபவத்தைப் போல் நான் உங்களுக்குச் சொல்லிக் கொண்டிருப்பதைப்போன்ற எண்ணத்தை உங்களுக்குள் ஏற்படுத்தலாம். அப்படியெல்லாம் ஒன்றுமில்லை. மிகச்சாதாரணமாக நம்மால் செய்ய முடிகிற விஷயம்தான் இது. இதை அனுபவித்துப் பார்க்கிறபோது சற்று ஆனந்தமாய் இருக்கிறது. தினந்தோறும் முடிகிறதோ இல்லையோ, எப்பொழுதாவது ஒரு முறையாவது இதை நம்மால் செய்து பார்க்க முடியும்.

ஓசோகூட தன்னுடைய புத்தகத்தில் ஒரு இடத்தில் சொல்லுவார்.

நீங்கள் நேசிக்கும்போது எங்கும் கடவுள் தெரிகிறான். நீங்கள் வெறுக்கும்போது எங்கும் சாத்தான் தெரிகிறான். ஆகவே, உங்களின் நிலைப்பாட்டின் பிரதிபலிப்புகளே நிதர்சனத்தில் தெரிபவை என்று.

கார் கதவைத் திறந்துவிடாத வாட்ச்மேனை வெறுப்போடு பார்க்கும்போது அவர் நமக்கு எதிரியாகிப்போகிறார். பின்னாலிருந்து ஹாரனை அழுத்துபவர் விரோதியாகத் நமக்குத் தெரிகிறார். நம்மை வித்தியாசமாகப் பார்க்கக் கூடிய நம்மை உற்றுக் கவனிக்கக்கூடிய ஒருவனை யார்றா இவன் என்று முறைக்கிறோம். அவர் உங்களை வித்தியாசமாகப் பார்ப்பதற்கு முன்னால், நாம் முந்திக்கொண்டு அன்போடு ஒரு புன்னகையைச் சிந்திவிட்டு அவரைக் கடந்துபோகிறபோது, அந்த மனிதர் நமக்கு நண்பராகிறார்.

உம்மென்றே திரியக்கூடிய மனிதர்களைவிட, எல்லோருக்கும் ஹலோ சொல்கிற, வணக்கம் சொல்கிற, சிரிக்கிற, என்னப்பா எப்படி இருக்குற என்று கேட்கிற மனிதர்கள் உற்சாகமாகவே தெரிகிறார்கள். நான் சில நபர்களைக் கவனித்ததுண்டு. சாதாரணமாக ஒரு டீ கடைக்குப்போனால் கூட, அது அவருக்கு அறிமுகம் இல்லாத டீ கடையாக இருந்தாலும், அண்ணே ஒரு டீ போடுங்க என்று சொல்லிவிட்டு, வடை இன்று போட்டதுதானே என்று முதலாளியைப் பார்த்து விளையாட்டாகப் பேசிவிட்டு, டீ குடுக்கும் பையனிடம் என்னடா உன் பேரு என்று குசலம் விசாரித்துவிட்டு, பக்கத்திலிருப்பவரிடம் சார் மணி என்ன என்று சாதாரணமாகக் கேட்டு, டீ குடிப்பதற்குள் ஒரு நான்கு நிமிடம் பேசிவிட்டு, டீக்கு பணம் கொடுத்துவிட்டு, மாஸ்டரிடம் அண்ணே வரண்ணே என்று சொல்லிவிட்டு போகக்கூடிய மனிதர்கள், இயல்பாகவே ஒரு அற்புதமான குணத்தைத் தங்களுக்குள் வைத்திருக்கிறார்கள்.

மாறாக, ஒரு டீ என்று ஒற்றை வரியில் சொல்லிவிட்டுத் தலையைக் குனிந்தபடி அதைக் குடித்துவிட்டு, காசு கொடுக்கும்போது அந்த முதலாளியின் முகத்தைக்கூடப்

பார்க்காமல் கொடுத்துவிட்டு, வேகமாக வண்டி ஏறிப் போகும் மனிதர்களின் எண்ணிக்கைதான் இங்கு அதிகம். 1008 யோசனைகள் மண்டைக்குள் ஓடிக் கொண்டிருக்கும்போது, எதிரில் இருக்கும் மனிதரை எப்படிக் கவனிக்க முடியும் என்று நமக்குத் தோன்றலாம். ஒருவேளை எதிரில் இருக்கக்கூடிய மனிதர்களைக் கவனிக்காமல், அவர்கள் மீது அன்பு செலுத்தாமல்,

இந்த உலகம் எனக்கானது என்று உணராமல் நாம் இருக்கிற காரணத்தினால்தான் மனதுக்குள் தேவையில்லாமல் 1008 எண்ணங்கள் ஓடிக்கொண்டே இருக்கிறதோ, என்னவோ?

சின்ன முயற்சிதான். நாளை செய்து பாருங்கள். விளையாட்டாக ஆரம்பியுங்கள். ஒருவேளை அது நல்ல பலனைக்கூட உங்களுக்குக் கொடுக்கலாம். எல்லோரையும் புன்னகையோடு பார்ப்பதாலும், அன்போடு கவனிப்பதாலும் ஏதோ ஒரு பெரிய பலம் நமக்கு வந்து சேர்ந்துவிட்டதைப்போன்ற செயற்கையான ஒரு உணர்வை நமக்குத் தருவதைப்போன்ற எண்ணம் முதலில் இதனால் நமக்கு ஏற்பட்டாலும் பின்னாளில் அது நம்முடைய இயல்பாகவே மாறிவிடுவதற்கான வாய்ப்பு உண்டு.

ஐந்து கிலோமீட்டர் பயணம் செய்தாலும், எதிரில் மனிதர்களைப் பார்க்க முடியாத நாடுகள் உலகத்தில் எத்தனையோ இருக்கின்றன. வீட்டை விட்டு வெளியே இறங்கினால், மனித முகங்களாகத் தென்படும் மாபெரும் வாய்ப்புப்பெற்ற ஒரு சமூகக் கூட்டத்தினிடையே வாழும் வாய்ப்புப் பெற்றவர்கள் நாம்.

மனிதர்களை நேர்கொண்டு சந்தியுங்கள். அவர்களின் கண்களைச் சந்தியுங்கள், முகத்தைச் சந்தியுங்கள், அவர்களைப் பார்த்து ஒரு புன்னகையை உதிருங்கள். நன்றாகத் தெரிந்தவர்கள் போல எல்லோரிடமும் உங்கள் அன்பைக் கொட்டுங்கள், அதற்கான பிரதிபலனை அவர்களிடமிருந்து எதிர்பார்க்காதீர்கள். அந்த சமயத்தில் உங்களுக்கு இனம் புரியாத மகிழ்ச்சி ஒன்று கிடைக்கிறதல்லவா? அதைவிடப் பெரிய பிரதிபலன் என்ன இருக்கமுடியும்? ஆகட்டும், அன்போடு அனைத்தையும் பாருங்கள்.

இந்த உலகம் உங்களுக்கானது என்பதை உணருங்கள். ஓசோ சொல்வதைப்போல உங்களது நிலைப்பாட்டின் பிரதிபலிப்புகளே, நிதர்சனத்தில் தெரிபவை.

யார் ஒருவர் விரக்தியில் விழுந்து கிடக்கிறாரோ அவருக்குத்தான் அதிகமாகக் கேளிக்கைகள் தேவைப்படுகின்றன...

11

வெளிநாடுகளுக்குப் பயணிக்கிறபோது அல்லது வெளிநாட்டு நிகழ்ச்சிகளைத் தொலைக்காட்சியிலோ வேறு ஏதேனும் சந்தர்ப்பத்திலோ பார்க்க நேருகிறபோது ரொம்பப் பொறாமையாக இருக்கும். எவ்வளவு கேளிக்கைகள் இவர்களுடைய வாழ்க்கையில் இருக்கிறது. எப்பொழுதும் கேளிக்கைகளிலும், கொண்டாட்டங்களில் ஈடுபடுவதுமாக இவர்கள் தங்கள் வாழ்க்கையை எவ்வளவு சந்தோஷமாக வைத்திருக்கிறார்கள். பணக்கார நாடு என்பதால்தான் இவர்களுக்கு இது சாத்தியப்படுகிறது. நம்முடைய மக்களும் அல்லது நாமும் எப்போது இப்படியெல்லாம் சந்தோஷமாக இருக்கப்போகிறோம் என்றெல்லாம் ஒரு சராசரி மனிதனுக்கேயுரிய கேள்விகள் என்னுடைய மனதிற்குள் வந்து விழும்.

உங்களுக்கும் கூட இப்படியெல்லாம் தோன்றியிருக்கலாம். வாழ்க்கையை அனுபவித்து

வாழறானுங்கய்யா என்று நானும் அடிக்கடி அவர்களைப் பார்த்து அங்கலாய்த்ததுண்டு. சில வருடங்களுக்கு முன்னதாக வெளிநாட்டுக்கு நிகழ்ச்சி ஒன்றிற்காகப் போயிருந்தபோது, இதுபோன்ற கேளிக்கைகள் அங்கு நிறைய நடப்பதைப் பார்த்து, நம் நாட்டைச் சேர்ந்த பெரியவர் ஒருவரிடம் அங்கலாய்த்துக் கொண்டிருந்தேன்.

நம்ம நாட்டில் எல்லாம் மக்கள் இவ்வளவு சந்தோஷமாக இல்லை பாருங்கள். இங்கெல்லாம் ரொம்ப சந்தோஷமாக இருக்கிறார்கள், ஜாலியாக பார்ட்டிகளில் கலந்துகொள்கிறார்கள். எப்பொழுதும் வாழ்க்கையில் ஏதாவதொரு கேளிக்கையில் ஈடுபட்டுக்கொண்டே இருக்கிறார்கள் என்று சொன்னேன்.

அந்தப் பெரியவர் 45 ஆண்டுகளுக்கும் மேலாக, வெளிநாட்டிலேயே வாழ்கிறவர். அவர் என்னுடைய அங்கலாய்ப்பைப் பார்த்து மெலிதாகச் சிரித்தார். உங்களுக்கு நிறைய விஷயங்கள் சரியாகப் புரியவில்லை என்பது தெரிகிறது என்றார். அதைக் காதில் போட்டுக்கொள்ளாது நான் என் புலம்பலைத் தொடர்ந்தேன். பாருங்கள், நம் ஊரில்தான் இதுபோன்று கேளிக்கைகள் அவ்வளவாக இல்லை. ஆனால் இங்கு வந்து குடியேறியிருக்கும் நம்முடைய மக்களும்கூட இதுபோன்ற கேளிக்கைகளில் பெரிய அளவில் கலந்துகொண்டு வாழ்க்கையை சந்தோஷமாக வைத்துக்கொள்ளாமல் இருக்கிறார்களே என்று அவரிடம் வருத்தப்பட்டேன்.

நீங்கள் நிறையக் கேளிக்கைகள் நம்முடைய ஊரில் இல்லையே என்று வருத்தப்படுகிறீர்கள். இங்கிருக்கும் கேளிக்கைகளில் கூட நம்முடைய மக்கள் நிறையப் பேரைக் காணமுடியவில்லையே, அவர்களெல்லாம் சந்தோஷமாக இல்லையே என்று சங்கடப்படுகிறீர்கள். ஆனால், நான் இந்த இரண்டு விஷயத்திற்காகவும் ரொம்பவும் சந்தோஷப்படுகிறேன் என்றார்.

எனக்கு மிகவும் ஆச்சர்யமாக இருந்தது. இவர் ஒரு பழைய மனிதர், அதனால்தான் கேளிக்கைகளில் கலந்துகொள்வது அல்லது கேளிக்கையில் திளைத்திருப்பது தவறு என்ற மனோபாவத்தோடு இருக்கிறார் என்று நானாகவே ஒரு முடிவுக்கு வந்தேன். ஆனால் அவர் மிகத் தெளிவாக ஒரு விஷயத்தைச் சொன்னார். ரொம்பவும் யோசிக்கவேண்டிய விஷயம் அது.

யார் ஒருவர் விரக்தியில் விழுந்து கிடக்கிறாரோ அவருக்குத்தான் அதிகமாகக் கேளிக்கைகள் தேவைப்படுகின்றன. இங்குள்ள வளர்ந்த சமூகமெல்லாமே விரக்தியில் வீழ்ந்து கிடக்கின்றன. இங்குள்ள ஒவ்வொரு தனி மனிதனும்

கோபிநாத்

விரக்தியினால் பாதிக்கப்பட்டிருக்கிறான். அவனுக்கான தற்காலிகத் தீர்வாக இதுபோன்ற கேளிக்கைகள் அமைகின்றன. போதாக்குறைக்கு விரக்தியில் இருக்கிறவர்களுக்கான விடுதலை என்பதுபோல, இந்தக் கேளிக்கைகள் அவர்கள் முன்வைக்கப்படுகின்றன, விளம்பரப்படுத்தப்படுகின்றன, அதனால்தான் இங்கே இவ்வளவு கூட்டம் கூடுகிறது.

கேளிக்கை விருந்துகளில் கலந்துகொள்கிற நம்முடைய மக்களின் எண்ணிக்கை குறைவாக இருப்பது குறித்து நீங்கள் மகிழ்ச்சி அடையுங்கள்.

காரணம், அவர்கள் குடும்ப வாழ்க்கையிலும், அது குறித்த சந்தோஷங்களிலுமே தங்கள் விரக்தியை ஓரளவிற்குத் தொலைத்துவிட்டு நிம்மதியாக வாழும் வரத்தைப் பெற்றிருக்கிறார்கள் என்றார்.

கேளிக்கையை மகிழ்ச்சியின் இன்னொரு குறியீடாகவே பார்த்துப் பழகிவிட்ட நமக்கு, விரக்தியின் நெருக்கடியில் இருக்கிறவன்தான் கேளிக்கைகளில் அதிக நாட்டம் காட்டுகிறான் என்ற பார்வை மிக முக்கியமானதாகப்பட்டது. உண்மைதான்,

கேளிக்கைகள் விரக்தியிலிருந்து நீங்கள் வெளியே வருவதற்கான உன்னதமான மருந்து என்பதுபோல விளம்பரப்படுத்தப்படுகின்றன.

சமீப காலமாக நமது தேசத்தில் 'விரக்தி விடுதலை மருந்துகள்' கேளிக்கைகள் என்ற பெயரில் நமக்கு முன்னால் காட்டப்படுகின்றன. ஆனால் பிரச்சனைகளிலிருந்தும்,

ப்ளீஸ்! இந்தப் புத்தகத்தை வாங்காதீங்க! - 2

விரக்தியிலிருந்தும் வெளியே வருவதற்கு நிரந்தரமான தீர்வை இந்தக் கேளிக்கைகளால் தரமுடியுமா?

ஒருவேளை பிரச்சனைகளிலிருந்து குறைந்த நேரத்திற்காவது ஒதுங்கியிருக்கவும், அதை மறந்துவிட்டுப் பொய்யாக ஒரு வாழ்க்கையை ஜோடித்துக்கொள்ளவும் வேண்டுமானால் இவை அவர்களுக்குப் பயன்படலாம்.

இன்னமும் சொல்லப்போனால், மனிதன் தன்னுடைய வாழ்க்கை முழுவதையும் கேளிக்கையிலேயே மூழ்கிக் கிடந்து கழித்து விடவும் முடியாது. அப்படியே காலம்முழுக்க அவன் கேளிக்கையிலேயே விழுந்து கிடந்துவிட்டால், ஒருவேளை தன்னுடைய பிரச்சனைகளிலிருந்து அந்த சமயத்திற்கு தான் தப்பித்துக் கொண்டதாக நினைத்து அவன் மகிழ்ச்சியடையலாம். ஆக, கேளிக்கை என்பது இங்கே ஒரு வியாபாரம். விரக்தியில் கிடக்கிறவன் தற்காலிகமாக இந்தப் பிரச்சனையிலிருந்து தப்பித்துக்கொள்வதற்காகத் தானே செய்துகொண்டுள்ள ஒரு தற்காலிக ஏற்பாடுதான் இந்தக் கேளிக்கைகள். ஆனால் இது ஏதோ விரக்தியிலிருந்து வெளியே வருவதற்கான அருமருந்துபோல நம் முன்னே வைக்கப்படுகிறது.

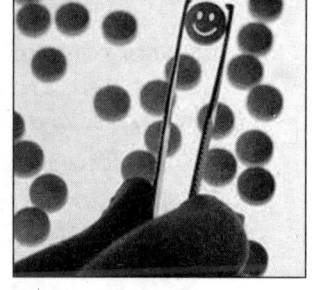

விரக்தியிலிருந்து வெளியே வருவதற்கான ஒரே வழி, எதனால் விரக்தி ஏற்படுகிறதோ அதை எதிர்கொண்டு நிற்பதுதான். அதற்கான நிரந்தரத் தீர்வைத் தேடுவதுதான். மாறாக, அதை ஒத்திப்போடுவதற்கு வசதியாகக் கேளிக்கைகளுள் விழுந்து கிடப்பது இன்னமும் பிரச்சனையை அதிகப்படுத்தவே செய்யும். நீங்கள் இன்றைக்குக் கேளிக்கையின் வாயிலாக அதை மறக்க முயற்சிக்கிற காரணத்தினால், பிரச்சனைகள் முடிந்துவிடப்போவதில்லை. அது அங்கேயேதான் நின்று கொண்டிருக்கப் போகிறது.

ஒவ்வொரு முறையும் கேளிக்கையின் வழியாகவே இந்தப் பிரச்சனையைத் தற்காலிகமாகக் கடந்து வருவேன் என்ற முடிவுடன் தொடர்ந்து இந்த யுக்தியையே பயன்படுத்திக் கொண்டிருப்பது, ஒரு புத்திசாலி எடுக்கும் முடிவு இல்லை.

வாரம் முழுதும் உழைக்கிறேன், கடுமையாகப் போராடுகிறேன், குடும்ப நெருக்கடிக்குள் சிக்கித் தவிக்கிறேன் இப்படியாகப் பற்பல காரணங்களைச் சொல்லிவிட்டு, அதற்கான விடுதலையாகக் கேளிக்கையை அணுகுவது நியாயமற்றது. எந்த வகையிலும் அது நமக்குப் பலன் தரப்போவதில்லை. மாறாக மாறியிருக்கக்கூடிய

வாழ்வியல் சூழ்நிலையில் எப்போதெல்லாம் நமக்கு விரக்தி ஏற்படுகிறதோ, அப்போதெல்லாம் சில வியாபாரிகள் கேளிக்கை என்ற ஒரு விஷயத்தை நம் முன்னால் வைத்து, நம்மிடம் மிச்சமிருக்கும் பணத்தையும் பிடுங்கிக்கொள்கிறார்கள்.

இன்னொரு பக்கம் இந்தத் தற்காலிகத் தீர்வைத் தரக்கூடிய கேளிக்கைகள், பிரச்சனைகளை எதிர்த்து நின்று, அதை முறியடிக்க வேண்டும் என்ற நம்முடைய மனோபலத்தை இவை கொன்று விடுகின்றன. தப்பித்துக்கொண்டே இருப்பதற்குச் சௌகரியமான ஒரு யுக்தியாக இந்தக் கேளிக்கைகள் இருப்பதால், ஒரு கட்டத்தில் அதில் நாம் விழுந்துவிடுகிறோம். அதனால்தான் வார இறுதி நாட்களில் கேளிக்கை விருந்துகளில் பங்கேற்காமல்

போனால், படபடப்பு வந்து நோய் வந்தவனைப்போல விழுந்துகிடப்பவர்களில் நிறையப் பேரை நாம் பார்க்க வேண்டிய ஒரு நிலை ஏற்படுகிறது.

கேளிக்கைகள் நவீன யுகத்தில் விரக்தியிலிருந்து வடிகால் பெறுவதற்கான ஒரு வாய்ப்பு என்பதுபோல அலங்காரமாக நம் முன்வைக்கப்படுகிறது. நிச்சயமாக அது பொய்.

உங்களிடமிருக்கும் பணத்தையும், நேரத்தையும் பிடுங்கிக் கொள்வதற்கான ஒரு நவீன வியாபார யுக்திதான் கேளிக்கை விருந்துகளின் அடிப்படை நோக்கம்.

மனிதனுக்குக் கேளிக்கையும், கொண்டாட்டமும் அவசியம்தான். களைத்துப்போன ஒரு மனிதனைக் கேளிக்கை களும், கொண்டாட்டங்களும் உற்சாகப்படுத்துகின்றன என்பதில் உண்மை இருக்கிறதுதான்.

நம்முடைய வாழ்வியல் அமைப்புகளுக்குள்ளும் கேளிக்கைகளுக்கு ஒரு பெரும் இடம் உண்டு. கோவில் திருவிழாக்கள், கிராமத்து திருவிழாக்கள் அல்லது நம்முடைய பண்டிகைகள் இவை எல்லாமே நம்முடைய தொடர்ச்சியான, அயர்ச்சியான வாழ்வியல் நடைமுறைகளிலிருந்து நம்மை விடுவித்துக்கொண்டு, கொஞ்சம் கொண்டாட்டமான மனநிலைக்கு நம்மைத் தள்ளுவதன் மூலம் மீண்டும் உற்சாகமான மனநிலைக்குக் கொண்டு வருவதற்கான ஏற்பாடுகள்தான்.

ப்ளீஸ்! இந்தப் புத்தகத்தை வாங்காதீங்க! - 2

இந்தப் பண்டிகைகளைக் கொண்டாடிவிட்டு, மறுபடியும் நம்முடைய வேலைக்குள் தீவிரமாக இறங்கக் கூடிய ஒரு பயிற்சியும், மனநிலைமையும் நமக்கு இருக்கிறது. ஆக, கேளிக்கைகள் மற்றும் கொண்டாட்டங்களின் நோக்கம் உங்களைப்புதுப்பிப்பதும்,இன்னமும் உற்சாகப்படுத்துவதும்தானே அன்றி, ஒரு அடிமைத்தன மனநிலையை உங்களிடம் உருவாக்குவதற்கு துணைபோவது அல்ல.

நம்முடைய பண்டிகைகள் மனிதன் பிரச்சனைகளை எதிர்கொள்ளாமல் தவிர்ப்பதற்காக உருவாக்கப்பட்டவை அல்ல. களைத்து முடித்தவனுக்குக் கொண்டாட்டம் தேவை என்கிற எண்ணத்துடன் அதை ஒட்டிய பாணியில் அமைக்கப்பட்டவை. அணுகப்பட்டவை. ஆனால் இப்போது உள்ள கேளிக்கைகள் நம்மை மனஅழுத்தத்திலிருந்து விடுபடுவதற்கான வழிகள் இவைகள்தாம் என்பது போன்ற ஒரு பொய்யான பாவனையில் நம் முன்வைக்கப்படுகிறது.

ரொம்ப ஸ்ட்ரஸ்ஸா இருக்கா, போ, போய் பார்ட்டி பண்ணு, என்ஜாய் பண்ணு, ரிலாக்ஸ் பண்ணு என்று உங்கள் அழுத்தங்களைத் தீர்ப்பதற்காக சொல்லப்படும் ஒற்றை வரித் தீர்வாக...உங்களுக்கான ஒரே மருந்தாக...இவ்வகையான தீர்வுகள் சொல்லப்படுகின்றன.

உங்களுக்கு மன அழுத்தம் அதிகமாக இருந்தால், ஓய்வெடுங்கள், குழந்தைகளோடு நேரம் செலவிடுங்கள். பப்புகளுக்குப் போவதன் வழியாக இதற்கான தீர்வை நீங்கள் தேடமுடியாது. கேளிக்கைகள் உங்கள் பிரச்சனைகளுக்கான உண்மையான தீர்வாக ஒருபோதும் இருக்க முடியாது.

ஆனால் அப்படி நம்ப வைக்கப்படுவது சர்வதேச வணிக அரசியலின் ஒரு பகுதி. இதைப் புரிந்துகொள்கிற சமூகம், பிரச்சனைகளுக்கான தீர்வாகக் கேளிக்கைகளைப் பார்க்காது.

பிரச்சனைகளை எதிர்கொண்டு அதைச் சரி செய்வதுதான் தீர்வு என்ற மனதிடத்தோடு, பிரச்சனைகளை எதிர்கொள்ளுங்கள். கேளிக்கைகள் கொஞ்சம் நேரம் பிரச்சனைகளிலிருந்து ஒதுங்கி இருக்க, தற்காலிக தீர்வுகளைத் தர உதவலாம். ஆனால் அவை நிரந்தரத் தீர்வுகள் அல்ல.

ஒன்றை
அடைய வேண்டும்
என்ற
தீவிர மனப்பாங்கு
கொண்டவர்கள்
அதற்கான
வழிகளைத்
தேடுகிறார்கள்.
தடைகளை அல்ல...

12

சிறு வயதிலேயே பெரிய அளவில் திறமைசாலி என்று வர்ணிக்கப்பட்ட, கொண்டாடப்பட்ட, நன்கு படிக்கிற, பெரிய ஆளாக வருவான்பா என்று சொல்லப்பட்ட பலர் பெரியவர்களாக வளர்ந்த பிறகு ஏதோ ஒரு சாதாரண வேலையில் அமர்ந்துகொண்டு, சின்னதாய் ஒரு வாழ்க்கையை அமைத்துக்கொண்டு, வாய்க்கும், கைக்கும் சரியாக இருப்பதற்கே கடைசிவரை போராடிக்கொண்டு வாழ்வதைப் பார்த்து நான் வியந்ததுண்டு.

இன்னொரு பக்கம் இவன் எதற்குமே லாயக்கற்றவன் என்று சொல்லப்பட்ட சிலர், மிகப்பெரிய தொழில் முனைவோர்களாக மாறி, அல்லது மிகப்பெரிய நிறுவனங்களை உருவாக்கக்கூடிய ஆட்களாக, அரசியலில் முக்கிய இடத்தைப் பெற்றவர்களாக, பொதுவாழ்வில் கவனிக்கப்படுகிறவர்களாக மாறியதையும் பார்த்தது உண்டு.

அப்படியென்றால், வாழ்க்கையில் உயர்ந்த நிலையை அடைவதற்கு எது தேவைப்படுகிறது. திறமையா, அல்லது உயரவேண்டும் என்பது குறித்த மனப்பாங்கா என்றொரு குழப்பம் வரத்தான் செய்கிறது.

மெத்தப் படித்தவர்கள், அதிக மதிப்பெண்கள் பெற்றவர்கள், நல்ல வசதி வாய்ப்பில் இருக்கிறவர்களெல்லாம் சாதாரண வேலையில் போய் உட்கார, இவனெல்லாம் பிழைத்துக் கிடப்பதே பெரிது என்று நம்பப்பட்ட சிலர், மிகப்பெரிய உயரத்தை அடைவதைப் பார்க்கிறபோது உண்மையிலேயே திறமை என்றால் என்ன? ஒருவர் உயர்வதற்குத் தேவைப்படும் முக்கியமான தகுதி என்ன? என்ற குழப்பம் நமக்கு வந்து விடுகிறது.

ஒருவர் வெற்றி பெறுவதற்கான தகுதியாகக் கல்வி, அறிவு உள்ளிட்டவை சம்பந்தப்பட்ட விஷயங்களை மட்டுமே நாம் கணக்கில் எடுத்துக் கொள்கிறோம். ஆனால்...

வெற்றி அடைவதற்கு எல்லாவற்றையும் விட முக்கியமாக இருக்க வேண்டியது, ஒன்றை அடைந்தே தீருவேன் என்ற தீவிரமான ஒரு மனப்பாங்கு ஒருவரிடம் இருப்பதுதான். இந்த மனப்பாங்கு இருக்கிறவர்கள் எப்படியும் அந்த இடத்தைப் பிடித்து விடுகிறார்கள்.

அந்த மனப்பாங்கு உறுதியாக ஒருவருக்கு இருக்கிறபோது, அந்த இடத்தை அடைவதற்குத் தேவைப்படக்கூடிய தகுதிகளை அடிப்படையிலேயே அறிவாளிகளாக இருக்கிறவர்களை விட வேகமாக இவர்களால் கற்றுக்கொண்டு மேலே வந்துவிட முடிகிறது.

மூன்று வேளை சாப்பாட்டுக்குக்கூட வழியில்லாத கடுமையான வறுமைப் பின்னணியில் பிறந்தவர்கள் எப்படி வாழ்வில் அவ்வளவு பெரிய உயரத்தைத் தொட்டார்கள்? நிறைய வெற்றியாளர்களின் கதைகளைக் கேட்கும்போது, அவர்களுடைய பின்புலம் பெரும்பாலும் மிகச் சாதாரணமானதாக அல்லது மிகவும் மோசமானதாக இருந்திருப்பதைத் தெரிந்துகொள்ள முடிகிறது.

தெருக்களிலே படுத்து உறங்கியவர்கள், சாப்பாட்டிற்கு வழியில்லாமல் தடுமாறியவர்கள், எல்லா இடத்திற்கும் நடந்தே

சென்றவர்கள் - இப்படிப்பட்ட மனிதர்கள் எப்படி உலகத்தின் உயர்ந்த அந்தஸ்த்தைப் பெற்றிருக்க முடியும். அப்படியென்றால், அவர்களிடம் இருப்பது திறமையா, அறிவா, இல்லை வெற்றியடைய வேண்டும் என்ற மனப்பாங்கா?

திறமையானவர்களும் ஜெயிக்கிறார்கள்தான். ஆனால், வெல்ல வேண்டும் என்ற மனப்பாங்கு யாரிடம் இருக்கிறதோ, அவர்கள்தான் மிகப்பெரிய உயரத்தைத் தொடுகிறார்கள். இதுதான் வரலாறு நெடுக நாம் கற்றுக் கொள்ள வேண்டிய பாடமாக இருக்கிறது.

சிலபேர் ஒரு நாள் நான் இந்த உயர்ந்த இடத்தில் வந்து உட்கார்வேன் பார் என்று நம்மிடம் பேசுகிறபோது, அது நமக்கு மிகவும் கேலிக்குரியதொரு பேச்சாகத் தோன்றும். இவனுக்கு வேற வேலையில்லை என்று நாம் அவர்களை விளையாட்டாகக் கடந்து போய்விடுவோம். நமக்குத்தான் அது விளையாட்டாகத் தோன்றுகிறதே ஒழிய, அவர்கள் அதைச் சீரியசாகத்தான் சொல்கிறார்கள்.

இவர்களுடைய மனப்பாங்கில் - அவர்கள் செயல்பாடுகளில் ஒரு அதீதமான நம்பிக்கை இருப்பதை நம்மால் பார்க்க முடியும். அந்த நம்பிக்கையானது, நீ விரும்பும் இடத்தை உன்னால் நிச்சயம் அடைந்துவிட முடியும் என்று அவர்களுக்குத் தொடர்ந்து சொல்லிக்கொண்டும் அவர்களைத் தூண்டிக்கொண்டும் இருக்கிறது.

இப்படிச் சொல்லிக் கொண்டிருந்தவர்களுடன் நமக்குள்ள தொடர்பானது ஒரு கால கட்டத்துடன் அறுந்துபோகிறது. ஆனால் ஒரு குறிப்பிட்ட காலத்திற்குப் பிறகு தான் சொன்ன இடத்தில் அவர்கள் இருப்பதைப் பார்க்கும்போது நமக்கு ஆச்சரியமாக இருக்கிறது.

காரணம் ஒருவர் நான் இந்த இடத்தைச் சென்று அடைவேன் என்று சொல்கிறபோது, நம்முடைய மனதில் எழுகிற முதல்

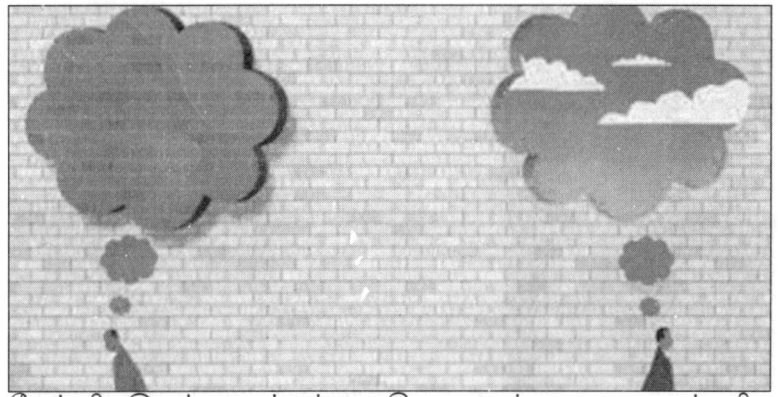

கேள்வி, இவர் அதற்குத் தகுதியானவர்தானா, அதற்குரிய படிப்பை இவர் படித்திருக்கிறாரா, அதற்கு இருக்கக்கூடிய வாய்ப்பு, வசதி, பணம், சூழ்நிலை இவையெல்லாம் இவருக்கு இருக்கிறதா என்றெல்லாம் யோசிக்கிறோம்.

ஆனால், வெற்றிபெற வேண்டும் என்ற மனப்பாங்கோடு இருக்கிறவருக்கு இது மாதிரியான விஷயங்கள் எல்லாம் ஒரு தடைகளாகவே தெரிவதில்லை. இன்னமும் சொல்லப் போனால், இந்த இடத்தைப் பெறுவதற்கு தேவைப்படக்கூடிய திறமை, அறிவு, சூழ்நிலை, வாய்ப்பு - வசதி, செல்வம் என அனைத்தையும் நம்மால் உருவாக்கிவிட முடியும் என்று இவர்கள் ஆணித்தரமாக நம்புகிறார்கள். அந்த நம்பிக்கையும், மனப்பாங்கும்தான் இவர்களை அந்த இடத்தில் கொண்டுபோய் உட்கார வைக்கிறது.

அறிவுள்ளவர்கள் மட்டும்தான் திறமையானவர்கள் என்பதாக இருந்தால், இந்த உலகத்தின் உயர் பதவிகளில் - மிகச்சிறந்த இடங்களில் அமர்ந்திருப்பவர்கள் எல்லோரும் வெறும் அறிவாளிகளாக மட்டுமே இருப்பார்கள். யதார்த்தத்தில் பார்க்கிறபோது, அறிவாளிகளை விட, உயர்ந்த மனப்பாங்கு உடையவர்கள்தான் மிக உயரிய இடங்களை அலங்கரிக்கிறார்கள்.

“நன்கு கவிதை எழுதத் தெரிந்த ஒருவருக்கும், கவிஞராக உயர்ந்து நிற்கிற ஒருவருக்கும் இடையே இருக்கக்கூடிய ஒரே வித்தியாசம் அவர்களுடைய மனப்பாங்கில் உள்ள வித்தியாசம் ஒன்று மட்டும்தான். நான் ஒரு மிகச்சிறந்த கவிஞன் என்பதை இந்த ஊருக்கு அறிவிக்கவேண்டும், உலகத்திற்குப் புரியவைக்க வேண்டும் என்ற மனப்பாங்கோடு இருக்கிறவர், அதற்கான அதைச் செயல்வடிவில் கொண்டு வரவதற்கான நடவடிக்கைகளில் இறங்குகிறார்.”

"இன்னொருவர் தானே கவிதை எழுதி, தானே வாசித்து, தன்னுடைய நண்பர்கள் நான்கு பேருக்கு மட்டும் அதை வாசித்துக்காட்டிவிட்டு அமைதியாக இருந்துகொள்கிறார்.

பெரும் கவிஞனாக இந்த உலகத்திற்கு முன்னால் வந்து நிற்க வேண்டும் என்ற மனப்பாங்கு அவரிடம் இல்லாத நிலையில், அவர் மிகச்சிறந்த கவிஞராகவே இருந்தாலும், வெளி உலகத்திற்கு அவருடைய திறமை தெரியாமலேயே போய்விடுகிறது."

ஆனால் ஒரு கவிஞனாக உயர்ந்து நிற்கவேண்டும் என்ற மனப்பாங்கோடு இருக்கிறவர், தன்னுடைய படைப்புகளைப் புத்தக வடிவிற்கு மாற்றுகிறார், கவியரங்குகளில் நான்கு பேருக்கு முன்னால் அதைச் சொல்லுவதற்கான வாய்ப்புகளைத் தேடுகிறார். தான் கவிதை எழுதுகிறவன் என்பதை ஊருக்கு அறிவிக்க முனைகிறார்.

எல்லோராலும் இப்படிப் புத்தகம் போட்டுவிட முடியுமா? அல்லது கவியரங்குகளில் போய்ப் பேசிவிட முடியுமா என்ற ஒரு கேள்வி எழலாம். நான் உயர்ந்த கவிஞனாக மாறவேண்டும், மக்கள் சபையில் அதைப் பிரதிபலிக்கச் செய்யவேண்டும் என்ற மனோபாவம் இருக்கிறவர் அதற்கான வாய்ப்புகளைத் தேடிக்கொண்டே இருப்பார். அப்படித் தேடுகிறபோது அது அவருக்கு நிச்சயம் ஒருநாள் கிடைக்கத்தான் செய்யும்.

ஒருவேளை அப்படிக் கிடைக்காமலும் போகலாம். அவர் தன்னுடைய பயணத்தின் பாதி தூரத்தை மட்டுமே தொட்டிருக்கும் நிலையோடு அவருடைய பயணம் முடிந்து போகலாம். ஆனால் அவருடைய தீவிரமான அந்த மனப்பாங்கு ஒருநாள் அவரைச் சமூகத்தின் முன்பு கவிஞராக அவருடைய காலத்திற்குப் பின்னராவது நிலைநிறுத்தும். கவிஞருக்கு மட்டுமல்ல, எந்தத் துறை சார்ந்தவருக்கும் இது சாத்தியம்தான்.

மனப்பாங்குதான் உயர்வதற்கான மிக முக்கியமான திறமையே அன்றி, அறிவோ, சூழ்நிலைகளோ, வசதி வாய்ப்புகளோ அல்ல.

அந்த மனப்பாங்கு மட்டும் உங்களிடம் உறுதியாக இருக்கிற பட்சத்தில் நீங்கள் அடைய வேண்டிய இடத்தைப்

பெற என்னவெல்லாம் உங்களுக்குத் தேவையோ, அது எல்லாவற்றையும் நீங்களே தேடி, கண்டு அடைவீர்கள்.

நீங்கள் வாசிக்கிற வெற்றிபெற்ற மனிதர்களின் கதைகள் எல்லாமே அடிப்படையில் அந்த மனிதர்களின் மனப்பாங்கின் தீவிரத்தைத்தான் உங்களுக்கு சொல்கிறது. ஒன்றை அடைவதற்கான தகுதிகளில் உங்களிடம் எது இருக்கிறதோ, இல்லையோ அதை அடைய வேண்டும் என்கிற தீவிரமான மனப்பாங்கு நிச்சயம் இருந்தாக வேண்டும். அது ஒன்று மட்டும் உங்களிடம் இருந்துவிட்டால், மீதி அனைத்தும் உங்களிடத்தில் தானே வந்து சேரும்.

உங்களுக்கான பாதை திறந்தேதான் இருக்கிறது. அதற்குள் செல்வதற்கான மனப்பாங்கை உருவாக்கிக் கொள்வது மட்டும்தான் உங்களுடைய வேலை. உங்களையும், உங்கள் கற்பனைகளையும் தயவுசெய்து சுருக்கிக் கொள்ளாதீர்கள். அவை தான் உங்கள் மனப்பாங்கை இன்னமும் வலிமையடையச் செய்கின்றன என்பதை உணருங்கள்.

மனிதனின் கற்பனைகள் எல்லாமே எப்பொழுதுமே துவக்கத்தில் கேலியாகத்தான் பார்க்கப்பட்டிருக்கின்றன. ஒருநாள் அவை உண்மைகளாக மாறுகிறபோது, எப்படிப்பட்ட ஒரு கற்பனை என்று அது கொண்டாடப்படுகிறது. கற்பனை என்பது உங்கள் கட்டுப்பாட்டில்தான் இருக்கிறது. அதனால் கணக்கு வழக்கில்லாமல் கற்பனை செய்யுங்கள். அதை நிறைவேற்றுவதை நோக்கியதான உங்கள் வலிமையான மனோபாவத்தைத் தொடர்ந்து முன்னிறுத்துங்கள்.

பாதையெல்லாம் முள்ளாக இருக்கிறதே என்று பயப்படுகிறவனுக்கும், இந்த முள் பாதையைத் தாண்டி விட்டால் ஜெயித்து விடலாம் என்ற மனப்பாங்கோடு தாவிக் குதிக்கிறவனுக்கும் நிறைய வித்தியாசம் உண்டு.

இந்த இருவரில் நீங்கள் யார்?

கோபிநாத்

உலகின் பெரும் தலைவர்கள், வெற்றி பெற்றவர்கள், மாற்றத்தை ஏற்படுத்தியவர்கள் அத்தனை பேரும் யாரிடம் மாற்றத்தை ஏற்படுத்த வேண்டும் என்று முனைந்தார்களோ அவர்களில் ஒருவராகவே மாறிப்போனார்கள்.

13

மாற்றத்தைஏற்படுத்தவேண்டும்என்றுநினைக்கிறவரா நீங்கள்? ஒரு தனி மனிதரிடமோ அல்லது ஒரு குழுவிடமோ அல்லது ஒரு பெரும்பான்மை சமூகத்திடமோ மாற்றத்தை உருவாக்க வேண்டும் என்று நீங்கள் ஆசைப்பட்டால், முதலில் நீங்கள் செய்ய வேண்டிய விஷயம், அவர்களுடைய மொழியில் அவர்களிடம் பேசுவதுதான்.

அவர்களுக்கேற்ப உங்களுடைய நடைமுறைகளை, அணுகுமுறைகளை நீங்களும் மாற்றிக் கொள்வதுதான். மாறாக, உங்கள் அறிவின் அளவில் நின்றுகொண்டு உங்கள் புரிதலின் அளவில் நின்றுகொண்டு, உங்களுக்குக் கிடைத்த வாய்ப்புகளால் பெற்ற அனுபவத்தின் சாரத்தில் நின்றுகொண்டு நீங்கள் அனைவரும் இங்கே வாருங்கள் என்று அவர்களைப் பிடித்து நீங்கள் இருக்கும் உயரத்திற்கு இழுக்க முயற்சிக்காதீர்கள்.

உங்களின் நோக்கம் நீங்கள் எவ்வளவு பெரிய ஆள் என்று வெளிப்படுத்துவது இல்லை. நீங்கள் விரும்புகிற அந்த மக்கள் மாறவேண்டும் என்பதுதான் என்றால், நீங்கள் அவர்கள் இருக்கிற இடத்திற்கு இறங்கி வந்தே ஆகவேண்டும்.

ஒரு வெற்றிபெற்ற நிறுவனத்தின் தலைவர், அல்லது இயக்கத்தின் தலைவர் எல்லா இடங்களிலும் ஒரே மாதிரியான பேச்சையும், ஒரே மாதிரியான அணுகுமுறையையும் வைத்திருக்க மாட்டார்.

அது அங்கிருக்கும் மக்களைப் பொறுத்து மாறுபடும். அப்படி மாறுபடுகிறபோதுதான் அது அவர்களைச் சென்று சேரும். உங்கள் மொழியை அவர்கள் புரிந்துகொள்ள வேண்டும், அதை விட்டு உங்களுடைய தகவல் சார்ந்த அறிவை அவர்கள் புரிந்துகொள்ள வேண்டும் என்ற நோக்கிலேயே உங்கள் கருத்துக்களை அவர்கள் முன்வைத்தால், அது ஒரு பயனையும் தராது.

உங்கள் நோக்கம், அவர்களிடம் மாற்றத்தை ஏற்படுத்துவதுதானே அன்றி, நீங்கள் பெரிய அறிவாளி என்று நிரூபிப்பது அல்ல.

அவர்கள் மொழியில் நீங்கள் பேசுகிறபோதுதான், அவர்களோடு உங்களால் மனரீதியாக ஒரு நெருக்கத்தை ஏற்படுத்திக்கொள்ள முடியும்.

ஒரு நிறுவனத்தினுடைய தலைவர், பெரிய அதிகாரிகளின் கூட்டத்தில் பேசுகிறபோது பின்பற்றுகிற அணுகுமுறையும், செயல்பாடும் கடைநிலை ஊழியர்களின் மாநாட்டில் பேசுகிறபோது வேறுபடுகிறது அல்லது வேறுபட வேண்டும்.

அப்படியில்லாமல், எல்லா இடங்களிலும் அவர் ஒரே மாதிரியான அணுகுமுறையைத்தான் கைக்கொள்வார் என்றால், அது யாருக்குமே உதவாமல் போய்விடும்.

நிறுவனங்களில் மட்டுமல்ல, சமூகத்தில் மாற்றத்தை ஏற்படுத்த விழைவோரில் தொடங்கி, அரசியலில் மாற்றத்தை ஏற்படுத்த விழைவோர் வரைக்கும் இது பொருந்தும்.

நீங்கள் சொல்வதை அடுத்தவர் கேட்கவேண்டுமென்றால், அந்த மொழி அவர்களுடைய மொழியாக இருக்கவேண்டும். உங்களது அணுகுமுறை அவர்கள் புரிந்துகொள்ளக்கூடிய அளவிற்கு எளிதானதாக இருக்கவேண்டும். அதற்கு நீங்கள் இறங்கி வந்து அவர்களோடு பேசத்தான் வேண்டும்.

அவர்களுக்குப் புரியும்படியாகப் பேசவேண்டும், எடுத்துரைக்க வேண்டும். நான் ஒன்று பேசுவேன். அதை நீ புரிந்துகொள், அப்படிப் புரிந்துகொள்ளாதவன் முட்டாள் என்ற முடிவிற்கு வராதீர்கள். அவர்களால் புரிந்துகொள்ள முடியவில்லை என்ற காரணத்தினால்தான் அவர்களிடம் மாற்றத்தை ஏற்படுத்தும் முயற்சியில் நீங்கள் ஈடுபட்டிருக்கிறீர்கள்.

உங்களைப் புரிந்துகொள்ள முடியாதவரிடம் உங்கள் நோக்கத்தைப் புரியவைப்பது உங்களின் பொறுப்புதான். அவர்கள் உங்கள் உயரத்திற்கு ஏறி வருவது சிரமம். நீங்கள் அவர்களிடம் இறங்கிச் செல்வது எளிது.

நான் எவ்வளவு எடுத்துச்சொல்லியும் இந்த முட்டாள்களுக்குப் புரியவில்லை என்று உங்களுக்குள் முனகிக் கொண்டிருக்காதீர்கள். அவர்களுக்குப் புரியும்படியாக சொல்ல, இன்னமும் என்ன மாதிரியான உத்திகளை கையாள வேண்டும் என்று நீங்கள் பாடம் கற்றுக்கொள்ளத் துவங்குங்கள்.

உங்கள் பேச்சில், நடவடிக்கையில், உடையில், செயல்பாட்டில், அணுகுமுறையில் அத்தனையிலும் அவர்களில் ஒருவராக நீங்கள் மாறுங்கள்.

இவர்களில் ஒருவராக இருந்து நீங்கள் ஒன்றை அவர்களிடம் சொல்கிறபோது, அவர்கள் அதை எளிதில் ஏற்றுக்கொள்வார்கள்.

அதை எளிதில் ஏற்றுக்கொள்கிற மனநிலையும் அவர்களுக்கு வாய்த்திருக்கும். மாறாக, உயர்ந்த மேடையில் நின்றுகொண்டு அவர்களுக்குப் புரியாத மொழியில் பேசி, எல்லோரும் என்னைப் பின்பற்றுங்கள் என்று நீங்கள் சொல்கிறபோது, நிச்சயமாக உங்களால் மாற்றத்தை ஏற்படுத்த முடியாது.

உலகின் பெரும் தலைவர்கள், வெற்றி பெற்றவர்கள் மானுட குலத்தில் மாற்றத்தை ஏற்படுத்தியவர்கள் அத்தனை

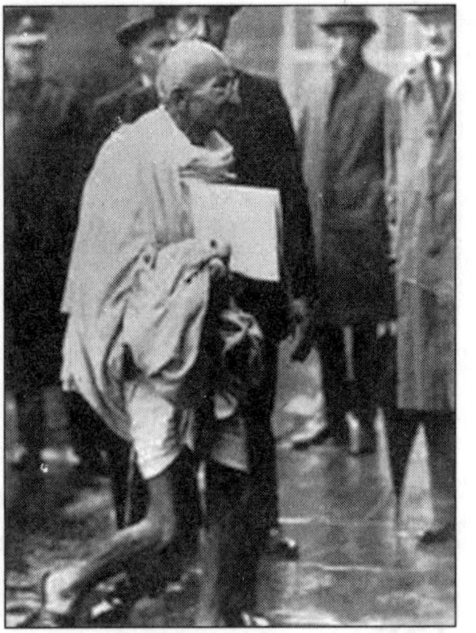

பேரும் யாரிடம் மாற்றத்தை ஏற்படுத்த வேண்டும் என்று முனைந்தார்களோ, அவர்களில் ஒருவராகவே மாறிப்போனார்கள்.

அப்படி அவர்களில் ஒருவராக அவர்கள் மாறியதால் தான் அந்தப் பெரும் சமூகம் இவர்களைப்போல நாமும் மாறவேண்டும் என்ற எண்ணத்தைத் தனக்குள் உருவாக்கிக்கொண்டது, அவர்களைப் பின்பற்றவும் முனைந்தது.

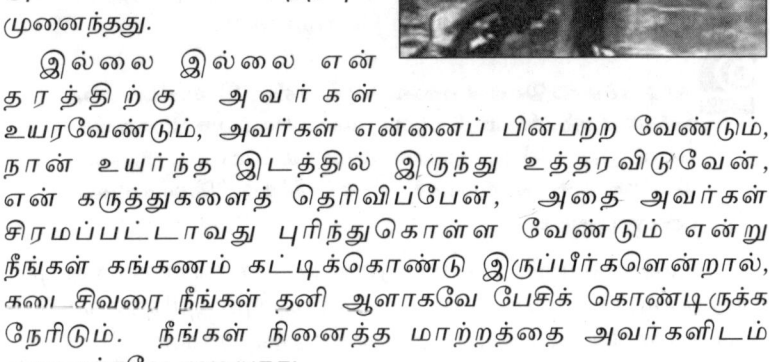

இல்லை இல்லை என் தரத்திற்கு அவர்கள் உயரவேண்டும், அவர்கள் என்னைப் பின்பற்ற வேண்டும், நான் உயர்ந்த இடத்தில் இருந்து உத்தரவிடுவேன், என் கருத்துகளைத் தெரிவிப்பேன், அதை அவர்கள் சிரமப்பட்டாவது புரிந்துகொள்ள வேண்டும் என்று நீங்கள் கங்கணம் கட்டிக்கொண்டு இருப்பீர்களென்றால், கடை சிவரை நீங்கள் தனி ஆளாகவே பேசிக் கொண்டிருக்க நேரிடும். நீங்கள் நினைத்த மாற்றத்தை அவர்களிடம் உருவாக்கவே முடியாது.

இதைவிட மிக முக்கியமானது, இவர்களிடம் மாற்றத்தை ஏற்படுத்த வேண்டும் என்பதற்காக நான் இவ்வளவு உழைக்கிறேன், இவ்வளவு போராடுகிறேன், இவ்வளவு செய்கிறேன். ஆனால் இவர்கள் என்னைப் புரிந்துகொள்ளவில்லையே என்ற ஒரு ஏமாற்றமும் உங்கள் மனதை அரித்துக் கொண்டே இருக்கும்.

ஒருகட்டத்தில் இந்த ஏமாற்றம் அவர்கள் மீதும், உங்களின் மீதே உங்களுக்கும் கூடச் சலிப்பை ஏற்படுத்திவிடும். உங்கள் உற்சாகத்தைப் பிடுங்கித் தின்றுவிடும். இவர்களெல்லாம் மாறமாட்டார்கள் என்ற அவநம்பிக்கையை ஏற்படுத்தும். என் ஆற்றலை நான் வேறு எங்கேனும் பயன்படுத்தினால் புண்ணியமாக இருக்குமோ என்று உங்கள் திறமை மீதே உங்களுக்குச் சந்தேகம் வரும்.

அத்துடன் நீங்கள் யாரிடம் மாற்றத்தை ஏற்படுத்த முனைகிறீர்களோ, அவர்களே உங்களுக்கு எதிரானவர்களாக மாறிப்போகவும் வாய்ப்புண்டு.

கோபிநாத்

நீங்கள் யாரிடம் மாற்றத்தை ஏற்படுத்த விழைகிறீர்களோ அவர்களுக்கும், உங்களுக்கும் இடையிலான மனரீதியான தூரம் அதிகரித்துக்கொண்டே போகும் போது ஏற்படும் பிரமிப்பால் உங்கள் பேச்சுக்கும், உங்கள் அணுகுமுறைக்கும் பாராட்டுகள் கிடைக்கலாம். உங்களை அவர்கள் மிக உயரத்தில் வைத்துப் போற்றவும் கூடும். ஆனால், அதனால் ஏற்பட வேண்டிய மாற்றம் நடக்காது. அவர்கள் உங்களை ஆச்சரியமாகப் பார்க்கலாம், அறிவாளி என்று கொண்டாடலாம். ஆனால் உங்களைப் புரிந்துகொள்ள முடியாது அவர்கள் தடுமாறிப் போவார்கள்.

உங்கள் பின்னால் அவர்கள் வரவேண்டும் என்று ஆசைப்பட்டால், நீங்கள் விரும்புகிற மாற்றத்தை அவர்கள் வழியாக உருவாக்க வேண்டும் என்று நீங்கள் பிரயத்தனப்பட்டால், நீங்கள் அவர்களுக்கு முன்னாகச் செல்லாதீர்கள், அவர்களைப் பின்தொடருங்கள்.

கூடிய விரைவில் உங்களுடைய கொள்கைகளையும், உங்களுடைய மாற்றத்திற்கான நேர்வையும் புரிந்துகொண்டு அவ்வளவு பேரும் உங்கள் பின்னால் வருவார்கள்.

விலகிப்போகாதீர்கள், உயரத்தில் போய் உட்கார்ந்து கொள்ளாதீர்கள், மேலிருந்து கீழ்நோக்கி ஆசிர்வாதம் செய்யாதீர்கள், அவர்களில் ஒருவராக இருங்கள், அவர்களைப் புரிந்துகொள்ளுங்கள், அவர்களுக்குப் புரியவைக்க என்ன செய்யவேண்டுமோ அதைச் செய்யுங்கள். அதுதானே உங்கள் நோக்கமும் கூட.

> வாழ்க்கையில் ஏற்ற இறக்கங்கள் குறித்த புரிதலோடு வளர்கிற பிள்ளையால்தான் நாளைக்குப் பிரச்சனைகளை எதிர்கொள்கிற தைரியத்தோடு உலவமுடியும்.

என்னுடைய பிள்ளை எதிர்காலத்தில் அவன் சந்திக்கப்போகிற சவால்களைக் கையாள்வதற்கான அறிவோடும், தெளிவோடும் இருக்கவேண்டும் என்று எல்லாப் பெற்றோர்களுமே விரும்புகிறோம். அதைப் பற்றியே எப்போதும் பேசிக் கொண்டும் நினைத்துக் கொண்டும் இருக்கிறோம். அதற்காகக் கடுமையாக உழைக்கவும் செய்கிறோம்.

ஆனால் ஒரு குழந்தைக்கு - வாழ்க்கை என்பது ஏற்ற, இறக்கங்கள் மிக்கது. அதில் சில நேரங்களில் பிரச்சனைகள் வரக்கூடும். அதைக் களைந்து, சரியான முறையில் கையாண்டு வெற்றிபெறுவதில்தான் வாழ்க்கையின் சுவாரஸ்யம் அடங்கியிருக்கிறது என்ற புரிதலை ஏற்படுத்திக்கொடுப்பதற்கான வாய்ப்புகளை அவர்களுக்கு உருவாக்கித் தர எத்தனை முறை நாம் முயன்றிருக்கிறோம்?

அவர்களுக்கு நாம் அறிமுகப்படுத்தும் இடங்களில் தொடங்கி, மனிதர்கள் வரைக்கும் உள்ளவர்கள் எல்லாருமே பெரும்பாலும் வசதி படைத்தவர்களாகவே இருக்கிறார்கள்.

பிரச்சனைகள் என்றால் என்ன? என்பதைப் பார்த்துப் புரிந்துகொள்வதற்கான சூழ்நிலைகளை, அவர்களுக்குப் புதுப் புது அனுபவங்களை ஏற்படுத்திக் கொடுப்பதற்கான செயல்பாடுகளுக்கான முயற்சிகளை இங்கே உள்ளவர்கள் யாரும் செய்வதில்லை.

வருடம் ஒருமுறை பிறந்தநாள் விழாக்களை ஆதரவற்றோர் இல்லத்திலும், முதியோர் இல்லத்திலும் கொண்டாடுவதன் மூலமாக குழந்தை ஏழ்மை என்றால் என்னவென்று புரிந்துகொள்ளும், இயலாமை என்றால் என்னவென்று புரிந்துகொள்ளும், இந்த உலகத்தில் மனிதர்கள் எவ்வளவு கஷ்டப்படுகிறார்கள் என்பதைப் பற்றிப் புரிந்துகொள்ளும் என்று நாமாகவே நினைத்துக் கொண்டு இருக்கிறோம்.

ஆனால் அந்தக் குழந்தையைப் பொறுத்தவரை, தன் பிறந்தநாளில் ஆதரவற்றோர் இல்லத்தில் நடத்தப்படும் அந்தப் பிறந்தநாள் கொண்டாட்டம் அதற்கான இன்னொரு அனுபவம் என்ற அளவிலேயே கடந்துபோய்விடுகிறது - ஒரு பள்ளிக்கூடத்துச் சுற்றுலாவைப்போல.

நாம் நம்முடைய பிள்ளைகளுக்கு உருவாக்கிக் கொடுத்திருக்கிற உலகத்தைச் சற்றுத் தள்ளிநின்று அவதானித்துப் பார்த்தால், ஏற்ற இறக்கங்கள் குறித்த புரிதலையோ, ஏழ்மை குறித்த தெளிவையோ, இல்லாமை குறித்த கவலையையோ அது உருவாக்கித் தரவில்லை என்றே தோன்றுகிறது.

கஷ்டம் என்றால் என்ன என்பதை அவர்களுக்குப் புரியவைப்பதற்காக அடிக்கடி நாம் செய்கிற முயற்சிகள் அனைத்துமே அலுத்துப்போன பழைய பஞ்சாங்கக் கதைகள் போலத்தான் இருக்கின்றன.

"அந்த காலத்தில் அப்பா எவ்வளவு சிரமப்பட்டேன் தெரியுமா" என்று ஆயிரம் முறை சொன்ன அதே கதையைத் திரும்பத் திரும்ப பிள்ளைகளிடம் சொல்லி, ஏழ்மை என்றால் என்ன? எளிமையாக ஏன் இருக்கவேண்டும்? பிரச்சனைகளைக் கையாள்வதற்கு ஏன் தயங்கக்கூடாது என்ற கதாகலாட்சேபத்தைத்தான் தொடர்ந்து அவர்கள் முன் நடத்துகிறோம்.

வாழ்க்கை குறித்த புரிதலை ஒரு குழந்தை, தன்னுடைய வாழ்வியல் சூழலிலிருந்தே புரிந்துகொள்ளவேண்டும். அதற்கான

சூழ்நிலைகளை உருவாக்கித் தருவதும் கூட நம்முடைய பொறுப்புதான்.

என் பிள்ளைகளைச் சவால்களைச் சந்திக்கக்கூடிய புத்திசாலியான பிள்ளைகளாக வளர்க்கிறேன் என்று ஊருக்குச் சொல்கிறோம். ஆனால் நாம் அவர்களுக்கு அறிமுகப்படுத்துகிற உலகத்தில் இதுபோன்ற சூழ்நிலைகளைப் பெரும்பாலும் முன்வைப்பதில்லை.

எல்லோரையும் குற்றம் சொல்லவில்லை என்றாலும், பெரும்பாலும் இப்பொழுதுள்ள நிலைமை அதுதான். அவர்கள் கேட்கும்முன்பே அவர்களுக்கான பொருட்கள் அவர்கள் கையில் கிடைத்துவிடுகின்றன.

நம்முடைய பொருளாதார வசதிகள் அதிகரித்து இருப்பதால், என் பிள்ளை நான் பட்ட கஷ்டத்தைப் படாமல் சந்தோஷமாக இருக்கட்டுமே என்ற மனநிலை நம் எல்லோரிடமும் இருக்கிறது. அந்த மனநிலையின் வெளிப்பாடாக இந்த உலகம் முழுக்கப் பூக்களால் நிறைந்தது என்ற ஒரு தவறான புரிதலைப் பிள்ளைகளுக்கு கொடுத்துவிடுகிறோம்.

அப்படியான நிலைமை யதார்த்தத்தில் இல்லை. ஆனால் அப்படியான ஒரு உலகத்தை நம் பிள்ளைக்குக் கொடுக்கமுடியும் என்று நம்புகிறோம். நீங்கள் எவ்வளவு முயற்சித்தாலும் பூக்களும், முட்களும் சேர்ந்ததாகத்தான் இந்த உலகம் இருக்கப்போகிறது.

வாழ்க்கையில் ஏற்ற இறக்கங்கள் குறித்த புரிதலோடு வளர்கிற பிள்ளைதான் நாளைக்குப் பிரச்சனைகளை எதிர்கொள்கிற தைரியத்தோடு உலவமுடியும்.

இன்னும் சொல்லப்போனால், ஒரு சாதாரண நிலையிலிருந்து வளர்ந்து, ஓரளவுக்கு முன்னேறியிருக்கிற உங்களைப்போன்ற, என்னைப்போன்ற பலரும் இதுபோன்ற வாழ்க்கைக்குள்ளிருந்தபடியே போராடித்தான் அதைக் கடந்து வந்திருக்கிறோம்.

நமக்குப் பொருளாதார வசதிகள் வந்துவிட்ட காரணத்தினால், நாம் போகிற இடங்களுக்கெல்லாம் நம் பிள்ளைகளையும் அழைத்துச் செல்லுகிறோம. இந்த உலகத்தின் இன்னொரு பக்கத்தை அவர்களுக்கு அறிமுகப்படுத்தாமலேயே இந்த உலகம் குறித்த அறிவை அவர்கள் பெறவேண்டும் என்று நாம் எதிர்பார்க்கிறோம்.

ஒருவேளை நாம் எதிர்பார்த்தபடியே அவர்கள் நன்கு படித்து, பணம் சம்பாதித்து, உயர்ந்தாலும் கூட அவர்களால் அவர்களுக்கும், நம் குடும்பத்தினருக்கும் அல்லது இந்த

சமூகத்திற்கும் பெரிய பயன் ஒன்றும் இருக்கப்போவதில்லை. ஏழ்மையைத் தம்முடைய வாழ்க்கையில் கடந்திராத ஒரு குழந்தை அல்லது ஏழ்மையின் வலியைத் தன் வாழ்வில் கடந்திடாத பிள்ளை, எப்படி அடுத்தவரின் ஏழ்மையைக் களைவதற்குத் துணை நிற்கும்.

அந்தப் பிள்ளைகள் பெரிய ஆளானாலும் இந்தச் சமூகத்திற்கு அவர்களால் எந்தப் பெரிய பயனும் அமையப்போவதில்லை. என் பிள்ளை சமூகத்திற்கு ஒன்றும் செய்ய வேண்டாம். அது தன்னைச் சரியாகப் பார்த்துக்கொள்ளும் அளவிற்குப் புத்திசாலியாக வளர்ந்தாலே போதும் என்று உங்கள் உள்மனதில் நீங்களே அதற்கு பதிலை வைத்திருந்தாலும்கூட உங்கள் அணுகுமுறை தவறானதுதான்.

எது எப்படியிருந்தாலும் வாழ்வின் ஏற்ற இறக்கங்களைப் பார்த்து அனுபவப்படக்கூடிய ஒரு வாழ்வியல் சூழலை அந்தப் பிள்ளைகள் கட்டாயம் கடந்திருக்க வேண்டும். அறிவின் வழியாக, செல்வத்தின் வழியாக, பாதுகாப்பான சூழலின் வழியாக பிள்ளைகள் பிரச்னைகளற்ற ஒரு எதிர்காலத்தைச் சந்திக்கும் ஒரு வாய்ப்பை நம்மால் உருவாக்கித்தர முடியும் என்று நம்மளவில் நம்பிக்கொண்டிருக்கிறோம். ஆனால் நிதர்சனத்தில், நீங்கள் சற்றும் எதிர்பாராத விஷயங்களையெல்லாம்கூட உங்கள் பிள்ளை எதிர்காலத்தில் கடந்துவர வேண்டிய நிலைமை இருக்கலாம்.

நீங்களும்கூட அப்படி எதிர்பாராத பல அனுபவங்களைக் கடந்துதான் வந்திருக்கிறீர்கள். அப்படியான ஒரு சூழலில் நம் குழந்தை என்ன செய்யும் என்ற யோசனையை முன்வைத்து அவர்களுக்கான உலகத்தையும், பழக்க வழக்கங்களையும் உருவாக்க வேண்டிய கடமை நமக்கு இருக்கிறது. சிரத்தை எடுத்துக்கொண்டு அதற்கான முயற்சிகளைச் செய்யக்கூடிய பல பெற்றோர்களை நான் அறிவேன். ஆனால் அவர்களையெல்லாம்

கொள்கைவாதிகள் என்றும், வேலையற்றவர்கள் என்றும் விமர்சிப்பவர்களின் எண்ணிக்கை எக்கச்சக்கம்.

நாம் அழைத்துச் செல்லும் சுற்றுலாத் தளங்களும், பெரிய பெரிய மால்களும், வெளிநாட்டில் விடுமுறையைச் செலவழிக்கும் நாட்களும் அவர்களுக்குள் ஒரு பூரிப்பான உணர்வை நிச்சயம் ஏற்படுத்தும். அப்போது பிள்ளை மகிழ்ந்திருக்கப் பார்க்கையில் நமக்கும் அதுவொரு மகிழ்ச்சிதரும் ஒரு தருணமாகத்தான் இருக்கும். ஆனால் காலம் முழுக்க இப்படி இருக்கப்போவது இல்லை என்பதை அவர்களுக்கு எப்படிப் புரிய வைக்கப் போகிறோம்?

அதையெல்லாம் அவர்கள் புரிந்துகொள்ளத் தேவை யில்லை. காலம் முழுக்க அவர்கள் இப்படிச் சந்தோஷமாக இருப்பதற்கான ஏற்பாட்டை நான் செய்துவிடுவேன் என்று நீங்கள் நம்புகிறீர்கள் என்றால் நிச்சயமாக நீங்கள் உங்கள் பிள்ளையின் எதிர்காலத்திற்கு எதிராகத்தான் செயல்படுகிறீர்கள் என்று அர்த்தம்.

நீங்கள் திட்டமிடுவதைவிட, வாழ்க்கை பல்வேறு விதமான சுவாரஸ்யமான பல எதிர்பாராத திட்டங்களை உள்ளடக்கியதாகவே இருக்கும்.

குழந்தைகள் தங்களது உலகத்திற்குள், ரோஜாக்களைப் பார்ப்பதைப் போலவே, முட்களையும் பார்க்க வேண்டும். இரண்டும் ஒன்றுதான். வாழ்க்கையில் இவை இரண்டும் நமக்கும் மாறிமாறி வரக்கூடும் என்பதை மங்கலாக சிறுபிள்ளைப் பருவத்திலேயே அவர்களுக்கு ஓரளவு புரியவைக்கக்கூடிய அளவிற்கானதொரு ஒரு சூழ்நிலையை நாம்தான் அவர்களுக்கு உருவாக்கித்தர வேண்டும். இந்த விஷயத்தில் நம்முடைய அப்பாக்கள், நம்மைவிடக் கவனமாக இருந்திருக்கிறார்கள் என்பதுதான் உண்மை. அவர்கள் வாழ்வியல் சூழலின் எல்லாப் பக்கங்களையும் தொடர்ந்து நமக்கு அறிமுகப்படுத்திக்கொண்டே இருந்தார்கள்.

வெறும் பழம் கதைகள் மட்டும் அவர்கள் பேசிக்கொண்டிருக்கவில்லை. ஆனால் நாம் கடந்தகாலத்தில் பட்ட கஷ்டங்களைப் பற்றி மட்டுமே பேசி நம்முடைய பிள்ளைகளுக்குக் கஷ்டம் என்றால் என்ன? என்று புரியவைக்க முயற்சிக்கிறோம். அது சரியான செயலாகாது. வாழ்வியலின் எல்லா அனுபவங்களையும் அவர்கள் கடந்துவர உதவுங்கள். அதுதான் நாம் அவர்களுக்குச் செய்யும் பேருதவி!

கோபிநாத்

வாழ்வில் சில விஷயங்களைச் சேர்த்துக் கொள்ளும்போது நாம் உயர்கிறோம். நம்முடைய வாழ்க்கையும் உயருகிறது. சேர்த்துக் கொள்வதைப்போலத் தவிர்த்தலும் அவசியமானதே...

15

அனைவரையும் அரவணைத்துச் செல்ல வேண்டும் என்பது ஒரு அற்புதமான குணம்தான் என்றாலும், எல்லோரோடும் நம்மால் இணக்கமாக இருந்துவிட முடியுமா? அப்படி எல்லோரோடும் இணக்கமாக இருக்கத்தான் வேண்டுமா? நம்மைச் சுற்றி விதவிதமான மனிதர்கள் இருக்கிறார்கள். எல்லோரோடும் இணங்கி, இயங்கி, இயல்பாகப் பழக வேண்டிய ஒரு நெருக்கடி நமக்கு இருக்கத்தான் செய்கிறது.

இவர்களில் சிலர் நாம் மிகவும் கவனமாகக் கையாள வேண்டியவர்கள். அதில் முதல் இடத்தைப் பிடிப்பவர்கள், இப்படியெல்லாம் பேசினால் அவருக்கு மனசுக்கு சங்கடமாக இருக்கும் என்று தெரிந்தாலும் நேரடியாகவோ, மறைமுகமாகவோ நம்மைச் சந்திக்கும்போதெல்லாம் அப்படியே பேசக்கூடிய சில வித்தியாசமான பேர்வழிகள். இதைப் பேசினால் இவருக்குப் பிடிக்காது, இவர்

உள்ளுக்குள்ளே வருந்துவார் என்று தெரிந்திருந்தும், அதைப் பேச்சோடு பேச்சாகப் பேசுவதுபோலச் சொல்லிவிட்டு, நம்முடைய முகத்தில் கவலையின் ரேகைகள் தெரிகிறதா என்று கவனிக்கக்கூடிய சில மனிதர்கள் உண்டு. அப்படிப்பட்ட மனிதர்களை நாம் திருத்துவது அவ்வளவு எளிதன்று. அதனால் அவர்களிடமிருந்து சற்று ஒதுங்கி இருப்பது உத்தமம். இல்லையென்றால் உங்களுக்கே தெரியாமல் உங்களுடைய அந்த ஒரு நாளையோ அல்லது ஒரு மணி நேரத்தையோ அவர் திருடித் தின்றுவிடுகிற ஆபத்து நடக்கலாம்.

உங்களுக்குப் பிடிக்காத விசயங்களைப் பேசி அல்லது உங்களுக்குச் சங்கடம் தரக்கூடிய செய்திகளைச் சொல்லி அதன் வழியாகத் தனக்கான இருப்பையும், முக்கியத்துவத்தையும் உறுதி செய்து கொள்ளலாம் என்ற உத்தியைச் சிலர் பயன்படுத்துவார்கள்.

மனிதர்களைக் கைக்குள் வைத்திருப்பதற்காக அவர்கள் வைத்திருக்கக்கூடிய சித்தாந்தமாக இது இருக்கக்கூடும். அதுபற்றியெல்லாம் நாம் கவலைப்படத் தேவையில்லை, அதுபோன்ற மனிதர்களிடமிருந்து சற்று விலகியிருப்பது நமக்கு நல்லது.

இவர்கள் பெரும்பாலும் தங்களது நலன் சார்ந்து இயங்கக்கூடியவர்களாகவே இருக்கிறார்கள். நீங்கள் எந்த வேலையில் இருந்தாலும் அவர்களுடைய வேலை நடந்துவிட வேண்டும் என்பதிலேயே இவர்கள் குறியாக இருப்பார்கள்.

இப்படிப்பட்ட மனிதர்களை வெறுக்க முடியாது அல்லது வெறுக்கக்கூடாது என்றாலும்கூட, இவர்களிடமிருந்து தேவையான அளவு தூரத்தில் இருந்துகொண்டு, உங்களை நீங்கள் பாதுகாத்துக் கொள்வது உத்தமம்.

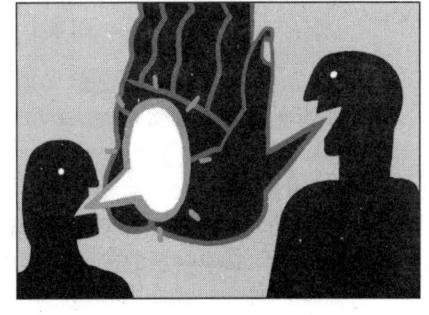

திடீரென்று ஒரு நாள் உங்களைத் தொலைபேசியிலே அழைப்பார்கள், அவசரமான வேலை என்று சொல்வார்கள், ‘நீ ஏதேனும் வேலையில் இருக்கிறாயா?’ என்று கேட்டு, ‘ஆம்! சற்று வேலையாக இருக்கிறேன். சற்று நேரம் கழித்துப் பேசலாமா?’ என்று சொன்ன பிறகும்கூட. ‘பரவாயில்லை! கொஞ்சம் அவசரம். நீ சற்று இதைக் கேள்’ என்று சொல்வார்கள்.

'கொஞ்சம் வேலையாய் இருக்கிறேனே! நானே கூப்பிடறேனே' என்று நீங்கள் நிலைமையை விளக்கிக் கூற முயன்றாலும்...

'நீ இப்போதெல்லாம் முன்னைப்போல இல்லை. நான் உன்னைப் பற்றி ஒன்று கேள்விப்பட்டேன். அது சரியா என்று உன்னிடம் கேட்கலாம் என்றுதான் ஃபோன் பண்ணினேன்' என்று உங்களின் மன நிலையை லேசாகச் சொறிந்துவிடுவார்கள். எப்பொழுதும் உங்களைச் கொஞ்சம் பதட்டத்திலும், சற்றே குழப்பத்திலும் வைத்திருக்கவே அவர்கள் விரும்புவார்கள்.

அவர்களின் இந்த உத்தி ஏற்கனவே பல மனிதர்களிடம் வெற்றிபெற்றிருக்கிற காரணத்தால், அதையே தங்களுடைய பலம் என்று நம்பிக்கொண்டு இருப்பார்கள். இப்படியான மனிதர்கள் தாங்கள் பிறருடன் தொடர்ந்து தொடர்பில் இருப்பது தான் தங்களுக்கு நல்லது. பலன் அளிக்கக் கூடியது என்று நினைத்துக்கொண்டு செயல்படுவார்கள். ஆனால் உங்களுக்கு அவர்களது தொடர்பு நன்மையைத் தராது.

மகிழ்ச்சியான ஒரு சந்திப்பின்போது அல்லது ஒரு கலந்துரையாடலின்போதுகூட அவர்களின் பேச்சுக்கள் சூழ்நிலையின் சந்தோஷத்தைக் கெடுக்கும்படியானதாகவே இருக்கும். அங்கு அந்தக் கலந்துரையாடலில் இல்லாத ஒரு

நபர் பற்றிய பேச்சை எழுப்பி, அது குறித்த விவாதத்தை அங்கு உருவாக்க அவர்கள் முனைவார்கள். இதுதான் அவர்களுடைய இயல்பாக இருக்கும். அவரைக் குற்றமுடையவர் என்ற எண்ணத்துடன் பார்க்க வேண்டிய அவசியம் இல்லை. மாறாக,

உங்களுடைய நிம்மதியை அவர் கெடுப்பார் என்றால் நீங்கள் அவரிடமிருந்து ஒதுங்கிக்கொள்வதில் தவறொன்றுமில்லை.

நம்முடைய உற்சாகத்தைத் திட்டமிட்டே சீர்குலைப்பவர்கள், நம்முடைய நிம்மதியைத் திருடி அதன் வழியாக நம் கவனத்தைத் தங்கள்பால் திருப்ப நினைப்பவர்கள், நம்மை எப்போதும் பதட்டத்தோடும், குழப்பத்தோடும் வைத்திருக்க வேண்டும் என்பதில் முனைப்பாக இருக்கிறவர்கள், உங்களுடைய நேரம் பற்றியும், சூழ்நிலை பற்றியும் சற்றும் கவலைப்படாது தங்கள் சுயநலம் பற்றி மட்டுமே கவலைப்படும் மனிதர்கள், இப்படியானவர்களைக் கடந்து நம்முடைய வாழ்க்கைப் போக்கை வெற்றிகரமாக அமைத்துக் கொள்வதில்தான் நம் திறமையே இருக்கிறது.

இவர்களைச் சற்று கவனித்துக்கொள்ளுங்கள். இவர்களுக்கு எந்த அளவுக்கு முக்கியத்துவம் கொடுக்க வேண்டுமோ அந்த அளவுக்கு மட்டும் முக்கியத்துவம் கொடுங்கள். ஏனென்றால் உங்களுடைய செயல்பாடுகளை முடக்குவதற்கான திறமை இவர்களுக்கு உண்டு.

நீங்கள் எதைச் சொன்னால் உடனடியாகக் கோபப்படுவீர்கள் அல்லது எரிச்சலடைவீர்கள் என்பது இவர்களுக்குத் தெளிவாகத் தெரியும். நீங்கள் உங்கள் குடும்பம் குறித்த விஷயங்களில் மிகவும் சென்ஸிடிவ்வானவர் என்றால் அதற்குள்ளே நுழையப் பார்ப்பார்கள்.

உங்கள் வேலை குறித்து நீங்கள் உணர்வு வயப்பட்டவர்களாக இருந்தீர்கள் என்றால் அதற்குள்ளே தலையிட்டுக் குழப்பப் பார்ப்பார்கள். ஏதோ சதிகாரர்களை வர்ணனை செய்வதுபோல நான் இவர்களை உருவகப்படுத்துவதாக உங்களுக்குத் தோன்றலாம். இவர்கள் சதிகாரர்கள் இல்லை. சாதுர்யக்காரர்கள். அவ்வளவுதான்!

இவர்களால் உங்களுக்குத் தொந்தரவு வராத வண்ணம் நீங்கள் உங்களைப் பார்த்துக்கொள்ள வேண்டும் என்பதுதான் முக்கியம். வாழ்வில் சில விஷயங்களைச் சேர்த்துக்கொள்ளும்போது நாம் உயர்கிறோம்., நம்முடைய வாழ்க்கையும் உயருகிறது.

அதனால் நம்மைச் சார்ந்த மனிதர்களுக்கும் சந்தோஷத்தையும், நிம்மதியையும் நம்மால் கொடுக்க முடிகிறது. அதேபோலச் சில விஷயங்களைத் தவிர்த்தலும்கூட அதறகு இணையான பலனை நமக்குக் கொடுக்கும்.

எவர் ஒருவர் உங்களுடைய நிம்மதியைத் திட்டமிட்டுக் கெடுக்கிறாரோ அவரைத் தவிர்ப்பதில் தவறொன்றுமில்லை. எவர் ஒருவர் உங்களது சந்தோஷத்தைப் பற்றிச் சற்றும் கவலைப்படாமல் தன்னுடைய காரியமே முக்கியம் என்று கருதுகிறாரோ... அவரை ஒதுக்கிவைப்பதில் தவறொன்றும் இல்லை.

எல்லோரையும் நேசியுங்கள், பாரபட்சமின்றி அன்பு காட்டுங்கள்! ஆனால் உங்களைத் திட்டமிட்டு சங்கடப்படுத்துபவர்களிடமிருந்து தள்ளியே இருங்கள்!